ரமேஷ் பிரேதன்
நேர்காணல்கள்

ரமேஷ் பிரேதன்
நேர்காணல்கள்

யாவரும்
பப்ளிஷர்ஸ்

The views and opinions expressed in this book are the author's own. The facts contained herein were reported to be true as on the date of publication by the author to the publishers of the book, and the publishers are not in any way liable for their accuracy or veracity.

• ரமேஷ் பிரேதன் நேர்காணல்கள் • நேர்காணல்கள் • ரமேஷ் பிரேதன் ©

• முதல் பதிப்பு : பிப்ரவரி 2022

• Ramēṣ pirētaṉ nērkāṇalkaḷ • Interviews • Ramesh Predan ©

• First Edition : February 2022

• Pages: 104 • Price : ₹ 150/-

• ISBN : 9789392876387

Released by :

M/s. Yaavarum Publishers
24, Shop no - B, S.G.P Naidu Complex,
Dhandeeswaram Bus Stop
Opp: Bharathiar Park
Velachery Main Road
Velachery, Chennai - 600 042

90424 61472 / 98416 43380
editor@yaavarum.com
Url : www.yaavarum.com; www.be4books.com

Designed by : Gopu Rasuvel

All rights, including professional, amateur, motion pictures, recitation, public reading, broadcasting and the rights of translation into foreign languages are strictly reserved. No part of this book may be reproduced in whole or in part or utilized in any form or by any means electronic or mechanical, including photocopying, recording or by any information storage and retrieval system now known or hereafter invented, without the prior written permission of the author/publisher.

ரமேஷ் பிரேதன்

27-10-1964 ஆம் ஆண்டு புதுச்சேரியில் பிறந்தவர். இதுவரை 15 கவிதைத் தொகுப்புகள், 7 நாவல்கள், 5 சிறுகதைத் தொகுப்புகள், 3 கட்டுரைத் தொகுப்புகள், நாடகங்கள், மொழிபெயர்ப்புகள் என முப்பது நூல்கள் வெளிவந்துள்ளன.

உள்ளே...

1. THUS SPAKE பின்நவீனத்துவப் பன்றி — 09
2. காட்டைப் பிரிந்த கோயில் யானை (பகுதி - 1) — 14
3. மொழியரசியல் என்பதைச் சொந்த நாவிலிருந்துத் தொடங்கவேண்டும் (பகுதி - 2) — 23
4. மனிதர்களுக்கு அவர்களின் மகிழ்ச்சிக்குரிய உடம்பு மீட்டுக் கொடுக்கப்பட வேண்டும்! (பகுதி - 3) — 67

THUS SPAKE பின்நவீனத்துவப் பன்றி

விதை என்ற சொல்லிலிருந்து கவிதை என்ற சொல் உருவானது. தொல்காப்பியம் தோன்றுவதற்கு முன் வாழ்ந்த பாணன் - பாடினி மரபினரிடையே அச்சொல்லுக்கான பொருள் புழக்கத்திற்கு வந்தது. ஐந்திணைகளிலும் திரிந்த இவர்கள் பசிக்குப் பாக்களைத் தின்று யாழினைப் பருகி உயிர் வளர்த்தனர். சங்கம் என்பதை கனவிலும் அறியாத நாடோடிகளான இவர்கள் வரலாற்றில் பாணர், பறையர், பரதவர், பள்ளர், பாண்டியர் எனப் பல்வேறான பகரச் சொற்களால் குறிப்பிடப்படுகின்றனர். பா என்ற ஓரசைச் சொல்லால் அடையாளப் படுத்தப்பட்ட இவர்கள் இன்று எழுத்து வழக்கில் தமிழர் என்றும் பேச்சு வழக்கில் தமிலர் என்றும் குறிப்பிடப்படுகின்றனர். இந்தத் தமிழர்களின் நவீன காலம் என்பது ஈராயிரமாண்டுகளிலிருந்து வரையறை செய்யப்படுகிறது. பின்நவீனக் காலம் என்பது பிரெஞ்சுப் புரட்சியிலிருந்து - மன்னிக்கவும்; பிரெஞ்சு மாணவர் புரட்சியிலிருந்து உலக அளவில் கணிக்கப்படுகிறது. அப்புரட்சி நடந்தது 1968. ழாக் தெரிதா என்பாரின் முதல் நூல் பாரிஸ் கம்யூனில் வெளிவந்த காலமும் அதுவே. நான் பிரெஞ்சிந்தியா என்றழைக்கப்பட்ட பாண்டிச்சேரி என்னும் இடைக்காரி நாட்டு வேளிர்க்குடியில் தோன்றிய காலப்பகுதியும் அதுவே. பிறக்கும்போதே நான் போஸ்ட்மார்டனிஸ்டாகப் பிறந்தேன். பிறக்கும்போதே செத்துப் பிறந்ததால் நான் பிரேதன் என அழைக்கப்பட்டேன். கவிதை எழுதிய காலப்பகுதியில் ரமேஷ் என்ற புனைப்பெயரையும் சேர்த்து ரமேஷ் பிரேதன் என ஆளானேன். தமிழ்ப் பின்நவீன / பின்நவீனத்துவக் காலம் என்பதை எனது பிறப்பிலிருந்து நான் கணக்கிடுகிறேன். மிஷேல் ஃபூக்கோ என்பார் அன்றுவரை பெயரிடப்படாத; பிற்காலத்தில் எய்ட்ஸ் எனப் பெயரிடப்பட்ட பால்வினை நோயால் செத்த அன்று நான் கன்னிகழிந்தேன். என் தோழிகளில் ஒருத்தி செய்த பொருளுதவியால் என் முதல் நாவல் வெளிவந்ததைக் கொண்டாடும் முகமாகத்தான் அத்தோழியால் நான் கன்னிகழிந்தேன். அதுநாள்வரை கையே கதியென்றிருந்த நான் அதற்குப் பிறகு கவிஞன் என்ற மனிதக்குரங்கு நிலையிலிருந்து கதைஞன் என்ற நிலைக்குத் தண்டுவடம் நிமிர்த்தப்பட்டு தன்னிலை உயர்ந்தேன்.

வரலாற்றால் ஆன எல்லாமே புனைவுதான். பிரதி என்பது புனைவு. TEXT IS FICTION. பிரதிகள் எல்லாமே புனைவுதான். ஒவ்வொரு சொல்லும் பொருளுடையது. பொருள், அதாவது அர்த்தம் என்பதும் புனைவே. சொற்களாலான எல்லாமே புனைவு என்றான பிறகு கவிதை, கதை என்ற பிரிவுகள் இல்லை. எல்லாவற்றையும் பின்நவீனத்துவம் பிரதியென அறுதியிடுகிறது. பிரதியே பிரம்மம். பிரம்மம் என்பது புனைவு. சூன்யம் என்பது பிரதி. மனிதக்குரங்கு என்பது பிரதி; மனிதன் என்பது புனைவு. கவிதையும் புதினமும் வேறுவேறு இல்லை; இரண்டும் புனைவு. அதாவது, இருபொருள் ஒருமொழி.

நான் கன்னிகழிந்த நாள்வரை எனது உடம்பை ஒரு உயிரியல் பொருள் (biological meterial) என்றுதான் கருதிவந்தேன்; கன்னிகழிந்த பிறகுதான் அதை ஓர் உயிரியல் பிரதி (biological text) என்று உய்த்துணர்ந்தேன். எனது உடம்பை ஒரு பிரதியாகக் கண்டறிந்த அக்கணம் ‘மரணமற்ற பெருவாழ்வு’ என்பதன் பொருள் யாது என்பதை அறிந்தேன். உடம்பை ஒரு பிரதியாக உணரும்போது மரணம் இல்லை, பொருளற்ற போர் இல்லை. பிரதி தரும் இன்பம் (plessure of the text) என்பது ஓர் இலக்கியச் சொல்லாடல் மட்டும் அன்று; அது உயிரியல் செயல்பாடுமாகும்.

பின்நவீனத்துவப் பிள்ளையார் என்ற பெயரில் ஏதேனும் ஒரு கோயில் உருவாகலாம்; ஆனால் பின்நவீனத்துவப் பிரதியை திட்டமிட்டு யாரும் உருவாக்குவதில்லை. பின்நவீனத்துவம் என்பது ஒரு கருத்துரு. அதற்குச் சட்டகம் இல்லை. அது அமீபா போன்ற வடிவிலி. கெட்டிதட்டிய எந்தவொரு தத்துவச் சட்டகமும் அதிகார மையமாகச் செயல்படுவது வரலாற்றில் காலந்தோறும் நிரூபிக்கப்பட்ட ஒன்று. பின்நவீனப் பிரதி என்றவொன்று கட்டமைக்கப்படுமானால் அது முரண் இயங்கியல் நிலைகொண்டு பின்நவீனத்துவக் கருத்தியலுக்கு எதிரான திசையில் இயங்கும். ஆக, பின்நவீனத்துவப் பிரதி என்ற ஒன்று இல்லை. பின்நவீனத்துவ வாசிப்புத்தான் சாத்தியம். அதிகபட்ச சனநாயகவாதியால் மட்டுமே ஒரு பிரதியை பின்நவீனத்துவ வாசிப்பிற்கு உட்படுத்த முடியும்.

ஒரு பிரதிக்கு நவீன/பின்நவீன என்ற அடைமொழிகள் தேவையில்லை. அது அடைமொழி இல்லாத ரௌடி. பிரெஞ்சுப் பின்காலனிய நிலமான பாண்டிச்சேரியில் அடைகாக்கத் தெரியாத பின்நவீனத்துவப் பன்றி ஒன்று உயிர்வாழ்கிறது; அதைப் பற்றி பிறகு எழுதுகிறேன். திருக்குறள், பகவத்கீதை, பைபிள், திருக்குரான் எனும் நான்கு பெருங்கதையாடல் பேரிலக்கியங்களையும் பின்நவீனத்துவ வசிப்புக்கு உட்படுத்தப்போகிறேன். இது என் வாழ்நாள் பணியாக இருக்கும். இதற்கான உடற்பலம், மனபலம், பணபலம் இவை மூன்றையும் அருட்பெருஞ் சோதி தனிப்பெரும் கருணை தரும்.

தமிழில் பின்நவீன அறிவாளிகள் இருக்கிறார்கள், ஆனால் பின்நவீனத்துவச் சிந்தனையாளர்கள் இல்லை. நான் முப்பது ஆண்டுகளாக இங்கு இயங்கி வருகிறேன்; இதுவரை ஃபாஸிசம் படியாத அறிவை நான் நுகர்ந்ததில்லை.

சாதியமும் பெண்ணியமும் கவிதையியல் சார்ந்த சொல்லாடல்களில்லை; இவை சமூகவியல் சார்ந்தவை. இந்த அரசியல் சொல்லாடல்களால் பின்நவீனத்துவ வசிப்பிற்கு இணக்கமான குறுங்கதையாடல்களை உருவாக்க முடியாது. திருக்குறள் போன்ற நீதியிலக்கியம் என்னும் பெருங்கதையாடல்களைத்தான் உருவாக்க முடியும். நாம் நீதிபோதகர்களை தத்துவவாதிகள், இலக்கியவாதிகள் என நம்பி ஏமாந்துவிடுகிறோம். சிலப்பதிகாரத்தில் கண்ணகி தனது முலையைப் பிய்த்தெறிந்து மதுரையை எரிக்கிறாள். இந்த இடத்தில் முலை என்பது ஓர் உடலுறுப்பு என்ற நிலையிலிருந்து ஒரு குறியீடாக/ பிரதியாக பரிணமிக்கிறது. ஒரு பெருங்கதையாடலாக முடிந்துபோகவிருந்த சிலப்பதிகாரம் ஒரு மாயயெதார்த்தத் தாவலில் குறுங்கதையாடலை முன்னெடுக்கும் ஒடுக்கப்பட்ட, நொறுக்கப்பட்ட மனிதரின் வாதையைப் பேசும் உலக இலக்கியமாகிவிடுகிறது. பின்நவீனத்துவ வாசிப்பில் கம்பராமாயணத்திற்கு நேரும் அதோகதி சிலப்பதிகாரத்திற்கு நேர்வதில்லை. வாசிப்பின் அரசியலை கோரிநிற்கும் பின்நவீனத்துவம் பிரதியாக்கத்தின் போது அரசியலைத் திணிப்பதில்லை. கம்பராமாயணம் மேலாதிக்க ஃபாசிச அரசியல் பிரதி. கண்ணகியின் வாதையை ஏற்கும் கவிதையியல் சீதையின் வாதையை நம்புவதில்லை. இங்கு குறுங்கதையாடலுக்கும் பெருங்கதையாடலுக்குமான வாசிப்புக்கான உதாரணங்களாகத்தான் சிலப்பதிகாரம், ராமாயணம் என்ற பிரதிகள் குறிப்பிடப்படுகின்றன. அவற்றின் இலக்கிய மேன்மையை மதிப்பிடுவதற்காக இல்லை.

கவிதை, கதை, கட்டுரை என்ற மூன்றும் மூன்று பிரிவுகளாக இயங்காமல், மூன்றும் ஒன்றுடனொன்று கலந்த நிலையில் புதிய பிரதி என்றவொன்று உருவாகும். ஓவியன், மருத்துவன், பொறியாளன் என பல தளங்களில் இயங்கிய ஒற்றை மூளை லியார்னாடோ டாவின்சி காலத்தில் இருந்தது. அது தொழிற் புரட்சிக்குப் பிறகு தனித்தனி மூளைச் செயல்களாகப் பிரிந்து இயங்கின. இலக்கியத்தில் கவிதை, கதை, கட்டுரை, நாடகம் என்ற நான்கு பெரும் பிரிவுகள் தனித்தனியாக இயங்க மறுத்து ஒருவகையான கூட்டுப் படைப்பாக உருத்திரியும். மூளை என்பதும் மனிதர் என்பதும் ஒரு பிரதி. கோயில் பூசாரி ஒரு பாடலை காதில் சொல்லி உச்சந்தலையில் வேப்பிலையால் அடித்து நெற்றியில் மஞ்சள், குங்குமம், திருநீறு கலவையைப் பூசி சாவிலிருந்து ஒரு நோயாளியை மீட்டெடுப்பதைப் போல அப்பிரதி இருக்கும்.

இனப்பெருக்கத்தை மறுத்த பாலியல் செயல்பாடு ஊக்குவிக்கப்படும்போது பெண்ணியம் என்பது பொருளற்றுப் போவதுபோல; மேலாதிக்கம் என்பது அடிப்படையான உயிரியல் விதி என்பதை ஏற்றுக்கொள்ளும்போது பொதுவுடமை என்ற கருத்தாக்கம் பொருளற்றதாகிவிடும்.

பொதுவுடைமை, பெண்ணியம் என்ற இரண்டு கற்பிதங்களே மானுட அறம்சார் சொல்லாடல்களை அனைத்து அறிவுத்தளங்களிலும் தொடர்ந்து எழுப்புகின்றன. தன்னிலை ஒவ்வொன்றையும் குற்றவுணர்வில் நிறுத்தி வைப்பதன் மூலம் பொதுவுடமை, பெண்ணியச் சித்தாந்தங்கள் மேலாதிக்க அதிகார மையங்களாக தம்மை ஏகபோகமாக நிறுவிக்கொண்டன. இது இருபதாம் நூற்றாண்டில் நடந்தது. இந்த நூற்றாண்டு அமெரிக்க மைய குடியரசுச் சொல்லாடல்களாலும் இவற்றைத் தவிர்த்த பிற, மத அடிப்படைவாதச் சொல்லாடல்களாலும் நிறுவப்படும். இந்த நூற்றாண்டின் பேரழிவுச் சொல்லாடல்கள் கடவுளின் பெயரால் நிகழ்த்தப்படும். அமெரிக்க ஏகாதிபத்தியம், மத அடிப்படைவாதம் என்ற இரட்டை எதிரிடைகளால் நமது பேச்சும் எழுத்தும் வடிவமைக்கப்படும். வரலாற்றில் முன்னெப்பொழுதுமில்லாத படுகொலைகள் அரங்கேறும். போன நூற்றாண்டில் கண்டுபிடிக்கப்பட்டு அதன் நடுப்பகுதியில் நிகழ்த்திப்பார்க்கப்பட்ட அணு ஆயுத நடனம் இந்த நூற்றாண்டில் பரவலாக அரங்கேறும். போன நூற்றாண்டில் ஈரோஷிமா, நாகசாகிச் சொல்லாடல்களிலிருந்தே பின்நவீனத்துவ அறம் முன்னெடுக்கப்படுகிறது. பின்நவீனத்துவ அறத்தைப் பேசும் பிரதிகளை எழுதுபவர்கள் எதிர்கொள்ளும் பிரச்சினைகள் இனி BINARY OPOSITION என்ற இரட்டை எதிரிடைகளுக்குள் மட்டுமே அடங்கிவிடாது.

கணினி தொழில் நுட்பவளர்ச்சி மனித கற்பனைக்குச் சாத்தியமான அனைத்தையும் காட்சிப்படுத்திவிடுகிறது. மிகையதார்த்த ஓவியங்கள் செல்வாக்கிழந்துவிட்டன. ஸல்வதோர் தலி பித்தநிலையில் படைத்தவை இன்று கணினி வரைகலை மூலம் அதன் பிரம்மாண்ட கலைச் சாதனையின் திகைப்பை ஒன்றுமில்லை என்றாக்கிவிட்டது. ஆனால், ஒன்றுமட்டும் தொழில்நுட்ப அறிவால் தீண்டமுடியாத நிலையில் காலத்தை விஞ்சி நிற்கிறது. ஆம், தத்துவம், கருத்தியல் என்பவை கலைப்படைப்பில் மூலாதாரமாக நின்று செயல்படும்போது வெற்று தொழில்நுட்பக் கலைநேர்த்தி என்பது காலாவதியாகிவிடும். தத்துவச் சொல்லாடல்களின் செறிவே இசை, ஓவியம், எழுத்து மற்றும் நிகழ்த்துக் கலைகளை மனிதார்த்த பொருண்மை மதிப்பீட்டில் முன்நிறுத்தும்.

இலக்கியம் என்பது ஒற்றைத் தன்மையது இல்லை; அது பல்வேறு பண்பாட்டின் சந்திப்பு மையமாக விளங்குகிறது. இரண்டாயிரம் வயது கொண்ட திருக்குறளும் இதற்கு விதிவிலக்கு இல்லை. அப்பிரதியும்

சமண பௌத்த ஆசீவகச் சொல்லாடல்களின் தொகுப்பறிவுதானே தவிர சுயம்புவான தமிழ் அறிவிலிருந்து (epistamalogy of tamil) உருவானது இல்லை. எந்தவொரு பிரதியும் ஓர் இனத்தின் மூல அறிவிலிருந்து மாத்திரமே தோன்றியது இல்லை. ‘கலைச்செல்வங்கள் யாவையும் கொணர்ந்திங்குச் சேர்ப்பீர்’ என்ற வேண்டுதல் இருக்கு வேதத்திலேயே பதிவாகி இருக்கிறது. தூய தமிழறிவோ சமஸ்கிருத அறிவோ இல்லை. Epistamalogy of knowledge என்பது ஒரு சமூகத்தின் கூட்டு அறிவு என்பதையே குறிக்கிறது. ஓர் இனத்தின் அறிவு என்பது பொதுவானதாகவும் வழக்காறு என்பது தனித்துவமானதாகவும் இருக்கிறது. அறிவு என்பது சனநாயகத் தன்மை கொண்டது. ஓர் இனத்திற்கு மட்டுமேயான அறிவு ஃபாசிசத் தன்மையது. ஈயத்தை இனி யார் காதிலும் ஊற்றமுடியாது. சர்வதேச கலை இலக்கிய அறிவை முன்னெடுக்கும் அதேவேளையில் இனக்குழு மரபு சார்ந்த அறிவையும் அடையாளப்படுத்துகிறது பின்நவீனத்துவம். மேற்கிலிருந்து knowledge is power என்னும்போது நம்மிடமிருந்து ‘அறிவு அற்றம் காக்கும் கருவி’ ஆகிறது.

ஒவ்வொரு சொல்லும் பொருள் உடையது மட்டுமில்லை; ஒவ்வொரு சொல்லும் தன்னுள் புனைவைக் கொண்டுள்ளது. சொற்களின் கூட்டியக்கம் இலக்கியம் என்னும் மாபெரும் புனைவைக் கட்டமைக்கிறது. என்னுள் மரணத்தை ஏற்படுத்தாத எந்தவொன்றும் புனைவே. கடவுள் புனைவு, அணு ஆயுதம் அல்புனைவு. புனைவு என்பது போருக்கு எதிரான மனநிலையை தக்கவைக்க உதவும். புனைவு மரணமற்ற பெருவாழ்வை சாத்தியமாக்கும். மாணிக்கவாசகப் பெருமானால் கவிதைக்குள் கடவுளை சிக்கெனப் பிடிக்க முடியும். பின்நவீனத்துவம் மேலதிகப் புனைவுகளை வேண்டிநிற்கிறது. அரசியலைவிட துரிதமாக இலக்கியம் நம்மை விடுதலை செய்யும். பின்நவீனத்துவ அரசியலும் இலக்கியமும் நம்மை எதற்குள்ளும் தேங்கி நிற்கவோ அடைபடவோ விடுவதில்லை. அதிகாரத்திற்கு எதிராக செயல்படும் எந்தவொரு கலைஞரும் மூன்றாம் நாள் மரணத்திலிருந்து உயிர்த்தெழுவார். எழுதப்படும் இலக்கியம் என்பது எதிர் வரலாறு. அதற்குள்ளிருந்து கிளைக்கும் சொல்லாடல்கள் புதிய விடுதலையைப் பேசும். இனிவரும் காலங்களில் எழுதப்படும் கவிதைகளும் கதைகளும் எதிர் வரலாறாய் அமையும். யாரும் எதிர் வரலாற்றிலிருந்துத் தப்பிக்க முடியாது.

ரமேஷ் பிரேதன்,
மார்ச் 2021,
புதுச்சேரி

பகுதி - 1

காட்டைப் பிரிந்த கோயில் யானை

நேர்கண்டவர்

ஷங்கர் ராம சுப்பிரமணியன்

மேற்கத்தியத் தத்துவமும் இந்தியத் தத்துவ மரபுகளும் ஊடாடும் பின்நவீனத்துவப் புனைவுகள், கட்டுரைகள் வழியாகத் தொண்ணூறுகளின் தொடக்கத்தில் அறிமுகமாகி, சிறுபத்திரிகை வெளியில் காத்திரமாகத் தொடர்ந்து செயல்பட்டுக் கொண்டிருப்பவர்களில் ஒருவர் ரமேஷ் பிரேதன். எழுத்தாளர் பிரேமுடன் தொடக்கத்தில் இணைந்து இயங்கிய இவர் தற்போது ரமேஷ் பிரேதன் என்ற பெயரில் தனியாக இயங்கிவருகிறார். கவிதை, காவியம், சிறுகதை, நாவல், கட்டுரைகள், நாடகம் எனச் செயல்பட்ட எல்லாத் தளங்களிலும் முத்திரை பதித்த அரிதான கலைஞர். சாதிதான் எல்லா இந்தியர்களையும் தமிழர்களையும் பிரிப்பதாகவும் இணைப்பதாகவும் உள்ளது என்ற கருத்தோட்டப் புள்ளியில் நின்று, ஒரு தமிழ்ப் பொது மனிதனையும் அவனுக்கான விடுதலையையும் கனவுகாணும் மூன்று நாவல்கள் 'அவன் பெயர் சொல்', 'ஐந்தவித்தான்', 'நல்ல பாம்பு: நீல அணங்கின் கதை'. மீபுனைவாக இவர் எழுதிய 'ஆண் எழுத்து பெண் எழுத்து = ஆபெண் எழுத்து' எனும் நூலும் தனித்துவமானது.

? **உங்கள் கவிதைகளுக்கான மரபாக பாரதி, பாரதிதாசன் இரண்டு பேரையும் குறிப்பிடுகிறீர்கள். பாரதி, பாரதிதாசன் இருவரும் உங்கள் படைப்புகளில் செலுத்தும் செல்வாக்கைப் பற்றி விரிவாகச் சொல்லுங்கள்?**

பாரதி, பாரதிதாசன் என்னும் இருபெரும் ஆளுமைகளால் எனது பதின்பருவம் கட்டமைந்தது. பாரதி வழியாக இந்தியப் புராணமரபுகளையும் பாரதிதாசன் வழியாகத் தமிழ்த்தேசிய சங்க இலக்கிய மரபுகளையும் வந்தடைந்தேன். பாரதியின் இந்தியத் தேசியக் கவிதையியலும் பாரதிதாசனின் தமிழ்த் தேசியக் கவிதையியலும் வேறுபடும் புள்ளியிலிருந்து என்னை வளர்த்தெடுத்துக் கொண்டேன். பாரதிதாசனைக் கடந்து வந்துவிட்டேன்; பாரதியைத் தொடர்ந்து கற்றுக்கொண்டிருக்கிறேன். இன்று உலகக் கவிதைகளை அலைந்துத் திரிந்து மேய்ந்துவந்தாலும் நின்று அசைபோடுமிடம் பாரதிதான். பாரதி என்பது ஒருவகை போதை; அப்பழக்கத்திலிருந்து பாரதிதாசனைப்போல என்னாலும்

விடுபடமுடியவில்லை. பாரதிதாசனின் நாத்திகத்தின் கவிதையியலை இத்தனை வீரியத்தோடு வேறொருவரிடம் வாசித்ததில்லை. இவர்கள் இருவரையும் தவிர்த்து புதுமைப்பித்தனிடம்தான் எனக்கான முழுமையைக் கண்டடைந்தேன். எனது படைப்புகளின் எல்லா வகைகளிலும் புதுமைப்பித்தனின் நிழல்கள் குறுக்கும் நெடுக்குமாக அலைவதை உற்றுநோக்கினால் காணலாம்.

? **புதுச்சேரி உங்கள் படைப்புகளின் மையமாகவும், ஒரு விடுதலை நிலமாகவும் உருவகிக்கப்படுகிறது. அதற்கான பின்னணி என்ன?**

புதுச்சேரி எனது தாய்வழி நிலம். பிரெஞ்சுக்காரர்களின் காலத்தில் உள்நாட்டுப் பகுதியான பாகூரிலிருந்து நகரக் கடற்கரையோரம் தாயின் முன்னோர்கள் குடிபெயர்ந்தனர். பிரெஞ்சுப் பண்பாடு கலந்தத் தந்தைவழி வாழ்க்கை முறையும் கல்வி பொருளாதாரச் சமூகநிலையும் என் அம்மாவை வடிவமைத்தது; நான் என் அம்மாவால் ஆனவன். இந்த நிலத்தின் குடிமக்களிடம் பொருளாதார ஏற்றத்தாழ்வைத் தவிர்த்து மதச் சாதீய வல்லுறசல்கள் இல்லை. பிரெஞ்சிந்திய விடுதலைக்குப் பிறகு இந்தியத் தமிழக அரசியல் இடையீடுகளால் புதுச்சேரி தனது தனித்துவத்தைத் தக்கவைக்க முடியாமல் போனது. நான் வளர வளர இந்நிலப்பகுதி தமிழ்நாட்டின் ஒரு பகுதியாக உருத்திரிந்தது. இந்த உருத்திரிபிலிருந்து உள்திரும்பி இம்மண்ணுக்கான இலக்கியத்தை எழுதிப்பார்க்கிறேன். ஆனந்தரங்கரின் நாட்குறிப்புகளை முன்வைத்து அதற்கும் முந்தைய வரலாறை அகழ்ந்தெடுக்க வேண்டும். குடிகளின் வாழ்வு நாட்டுப்புறக்கதைகளாகவும் அவர்தம் பண்பாட்டுக்கூறுகள் நாட்டார் வழக்காறுகளாகவும் நினைவுகூறப்படும்போது, அதிகாரவர்க்கத்தின் நடைமுறை நிகழ்வுகள் வரலாறாக நிலைநிறுத்தப்படுகிறது. நான் இந்த இரட்டை எதிர்நிலைகளிலிருந்து எனது புனைவுச் சொல்லாடலை எழுதுகிறேன். எழுத்திலிருந்து விடுதலைகண்ட நிலத்தை வரைந்தெடுக்கிறேன். புதுச்சேரி என்னும் நெய்தல் திணை கடலாலானது; கடல், கதைகளை அள்ளித்தரும்.

புதுமைப்பித்தன், மா.அரங்கநாதன், நகுலன் எனத் தொடங்கி புனைவின் வழியாகச் சிந்திக்கும் நவீன தமிழ் இலக்கிய மரபின் தொடர்ச்சி நீங்கள். உங்கள் படைப்புகளில் பூக்கோவும் வள்ளலாரும் சந்திக்கும் தருணங்கள் நிகழ்கின்றன. கோட்பாடுகளும் சிந்தனைகளும் அறிவும் வரலாறும் வெறும் நுகர்வாக மாறியிருப்பதாக சொல்லப்படும் காலகட்டத்தில் சிந்தனைக்கும் விடுதலைக்கும் ஏதாவது தொடர்பு இருப்பதாக நினைக்கிறீர்களா?

அறிவே வரலாறைக் கட்டுடைத்து மறுஆக்கம் செய்கிறது. அறிவே அதிகாரம். அறிவின் சமச்சீரின்மை சமூகப் பாசிசத்தை வளர்த்தெடுக்கும். அறிவைப் பொதுமைப்படுத்துவதே பொதுவுடைமைச் சிந்தனையின் அடிப்படை. அறிவைக் கைக்கொள்ளுதல் என்பது ஒரு வர்க்கத்திற்கோ வர்ணத்திற்கோ மட்டுமே உரித்தானது அன்று. அறிவியல் அறிவும் அரசியல் அறிவும் சமூகக் கட்டுமானத்தின் அடிப்படையாக அமைதல் வேண்டும். அறிவின் விடுதலையை மதம் ஒருபோதும் ஒப்பாது. அறிவியலாளர்களே மனித வரலாறை வழிநடத்துகிறார்கள். மதத்திலிருந்து வெளியேறாத சமூகம் அறிவு ஊனம் கொண்டதாகவே விளங்கும். உள்ளமும் உடம்பும் விடுதலையை நுகர்வதே சமூக அறம். நாம் யார்க்கும் குடியல்லோம் நமனை அஞ்சோம் என்பதோர் அனார்க்கியக் கூற்றில் விடுதலை இறையியலை நுகரலாம். திருவள்ளுவர், திருமூலர் தொடங்கி பதினெண் சித்தர்கள் வழி அருட்பிரகாச வள்ளலாரில் சமூக விடுதலைக் கோட்பாட்டை வரைந்தெடுக்கலாம். ஃபூக்கோ முதலான பின்நவீனத்துவச் சிந்தனையாளர்கள் தொடங்கி வள்ளுவம் வழி வள்ளலாரில் வந்துமுடியும் ஒரு வரைபடத்தை எனது படைப்புகள் வழி உருவாக்குகிறேன். பாசிசம் அண்டாத அறிவின் பெருவிழிப்பே எனது புனைவுகள் வகுக்கும் அறம்.

சிறுகதை வடிவத்தில் சாதனை நிகழ்ந்த இடம் நம்முடையது. அந்தப் பின்னணியில் பார்க்கும் போது தற்போது எழுதப்படும் சிறுகதைகளில் ஒரு தேக்கம் நிலவுகிறதா?

சிறுகதை, நாவல் என்னும் இரு பெரும் வடிவங்களையும் நான் புனைவு என்ற சொல்லாலேயே ஒருமுகப்படுத்துகிறேன். ஒரு கவிதையைச் சிறுகதையாகவும் ஒரு சிறுகதையை நாவலாகவும் வளர்த்தெடுக்கும் தன்மையில்தான் நான் எழுதுகிறேன். புதுமைப்பித்தனின் பெரும்பாலான சிறுகதைகளும் கலாப்ரியாவின் எட்டயபுரம், சுயம்வரம் முதலான நெடுங்கவிதைகள் யாவும் நாவல்தன்மை கொண்டவையே. மௌனன் யாத்ரிகாவின் வேட்டுவம் என்ற ஒரே பொருளாலான கவிதைத் தொகுப்பை ஒரு நாவலாகத்தான் வாசித்தேன். நாளிதழ்களில் காணப்படும் பத்தி எழுத்துக்கள் புனைவுகளாகவும் தலைப்புச் செய்திகள் கவிதைகளாகவும் உருமாற்றமடைகின்றன. முன்பெல்லாம் டைரியில் எழுதப்பட்ட நாட்குறிப்புகள் யாவும் இன்று முகநூல் பதிவுகளாகின்றன. காலப்போக்கில் முகநூல் பதிவுகளின்

தொகுப்புகள் நூலாக்கம் பெற்று ஓர் இலக்கிய வகைமையாகலாம். ஆக, படைப்பின் வகைமைப் பெருகி உருமாற்றமடையும்போது தேக்கம் என்ற பேச்சுக்கே இடமில்லை. இந்திய அளவிலோ உலக அளவிலோ; தனது சொந்தச் சமூகத்திற்குள்ளோ எந்தவொரு ஏற்பையும் பெறாதத் தமிழிலக்கியம் வரலாற்றில் ஒருபோதும் தேக்கமடைந்ததில்லை. சிறுகதை, குறுநாவல், நாவல் என்ற பிரிவுகள் பக்கங்களின் எண்ணிக்கை அடிப்படையில் வரையறை செய்யப்படுகின்றன. நூலக அறிவியல் இந்த உட்பிரிவுகளை ஏற்பதில்லை; அங்கு கவிதை, நாடகம், புனைவு, கட்டுரை என்பனதாம் பெரும் பிரிவுகளாகும். ஆக, தமிழ்ப் புனைவில் சிலப்பதிகாரம் தொடங்கி நீர்வளரி வரை தேக்கம் என்பதேயில்லை.

இந்திய, தமிழ்ச் சூழலில் விடுதலையை ஒரு தன்னிலை அடைவதற்கு சாதி எவ்வளவு தடையாக இருக்கிறது என்பதை உங்கள் புனைவுகளிலும் கட்டுரைகளிலும் பேசியவர் நீங்கள். சாதியைத் தாண்டும் சாத்தியமுள்ள காஸ்மாபொலிட்டன் தன்மை கொண்ட கனவு நகரமாக பாண்டிச்சேரியை நீங்கள் உருவகிக்கிறீர்களா...

இல்லை. புதுச்சேரி மட்டுமில்லை, இந்தியாவில் எந்தவொரு நிலப்பகுதியின் சந்துப்பொந்தில் வாழும் ஒரு தன்னிலையும் தான் சார்ந்த சாதியைத் தாண்டி வந்ததில்லை. இத்துணைக்கண்டம் ஊரும் சேரியுமாகத்தான் பிரிந்திருக்கிறது. பாக்கிஸ்தான் – இந்தியா பிரிந்திருப்பதைப்போல ஊரும் சேரியும் பிரிந்திருக்கின்றன. அரசியல் அழுத்தங்களால் பிரிந்த நிலம் இணையலாம்; இருப்பினும், மனம் இணையாது. புதுச்சேரி, பிரெஞ்சிந்தியாவாக இருந்தபோது முதல் உலகப்போரிலும் இரண்டாம் உலகப்போரிலும் பங்கெடுக்கக் கூலிப்போராளிகளாய்த் தலித்துகள் கப்பலேற்றப்பட்டனர். உயிரோடு திரும்பியவர்கள் மாதந்தோறும் ஓய்வூதியம் பெற்று பொருளாதார ஏற்றம் பெற்றனர். ஆயினும், பிறருடன் சாதிக்கலப்பு நிகழ்ந்துவிடவில்லை; ஆனால், பொருள் வசதி தலித்துக்களைப் பழைய சாதிய ஒடுக்குமுறையிலிருந்து விடுவித்தது. ஆனந்தரங்கரின் நாட்குறிப்புகளில் பரங்கியர், கிறித்துவர், இசுலாமியர், தமிழர்கள், பறையர்கள் என்றே குடிமக்கள் தொகுக்கப்பட்டுள்ளதைத் தெளிவாக அறியலாம். தலித் அல்லாதார் அனைவரும் தமிழர் எனப்பட்டனர். இந்தச் சமூக நிலையிலிருந்து தலித்துகளைப் பிரெஞ்சு காலனியம் விடுதலைச் செய்தது. பிரிடிஷ் இந்தியாவில் ஞானகுரு. அம்பேத்கர் அவதரிப்பதற்கு முன்பே பிரெஞ்சிந்தியாவில் தலித் சமூகத்தில் பொருளாதார ஏற்றம் வழியாக ஒரு பண்பாட்டு விடுதலை

நிகழ்ந்துவிட்டது. இந்த அரசியல் பின்னணியில் எனது கதைக்களத்தைக் கட்டியெழுப்பும்போதும், அவற்றைத் தமிழ்நாட்டுப் பின்னணியில் வாசிப்பவருக்கு விநோதப் புனைவாக இருக்கிறது. தனிப்பட்டமுறையில் எனக்குப் பொந்திஷேரி என்றால் இந்தக் கிழக்குக் கடல் தவிர வேறொன்றுமில்லை.

உங்களைப் பாதித்த சித்தர் மரபிலக்கியம் பற்றிச் சொல்லுங்கள்?

பாரதி அறுபத்தாறு இப்படித் தொடங்குகிறது, எனக்கு முன்னே சித்தர் பலர் இருந்தா ரப்பா/ யானும் வந்தேன் ஒரு சித்தன் இந்த நாட்டில். பாரதியின் வழியில்தான் சித்தர்களையும் சித்தர் இலக்கியங்களையும் கற்றேன். திருமந்திரம் கற்ற பிறகு பிறர் என்னை ஈர்க்கவில்லை; ஆனால், அனைவரையும் படித்திருக்கிறேன்; ஆனால், பேரனுபவமாக உள்வாங்கிக்கொள்ள இயலவில்லை. புதுச்சேரி ஒரு சித்தர் நிலம். இங்கு வாழ்ந்த சித்தர்களின் மாயயெதார்த்த வாழ்க்கைக் கதைகளைத் தொகுத்து ஒரு நாவல் எழுதவும் எண்ணம். திருமூலர் எனது கவிதைகளில் தொடர்ந்து வருகிறார். பேய்மையின் கவிதையியலைக் கட்டமைத்த புனிதவதியாரும் இம்மரபில் பொருந்திவருவார். சமூக வழமையிலிருந்து வெளிப்பிதுங்கி நிற்பவர்களைச் சித்தர் எனச் சொல்வது சமூகப் பொதுப்புத்தி; இது தமிழர் இறையியல் மற்றும் கவிதையியலில் சிவத்தில் தொடங்கிச் சிவத்தில் தொடர்வது. நவீன/ பின்நவீன அரசியல் கோட்பாடுகள் சார்ந்த ஈடுபாட்டால் இம்மரபில், நவீனக் கவிகள் சிலரைப்போல் என்னைப் பொருத்திக்கொள்ள இயலவில்லை.

மது அருந்துவதைக் குற்றச்செயலாகக் கருதும் ஒரு சமூகத்தில் அதற்கு எதிராகப் பரப்புரை செய்துகொண்டே, மது விற்பனையை அரசு ஊக்கப்படுத்தி வருகிறது. பாண்டிச்சேரிவாசியாக மது அருந்தும் பண்பாடு பற்றிய உங்கள் பார்வை?

இனக்குடி சமூகம், உழுகுடி சமூகம், அலைகுடி சமூகம் முதல் எல்லா வளர்ந்த சமூகங்களும் தனக்கான போதையைக் கொண்டுள்ளன. மூளையின் இயக்கம் சமன் குலையும் நிலையைச் செயற்கையாக ஏற்படுத்தும்போது போதையுண்டாகும். அதன் சக்தி கூடக்கூட போதை, வெறியாகும், படிப்படியாகப் பைத்தியமாகும். பைத்தியம், மரணம்வரை கொண்டுசெல்லும். அளவோடு நின்றால் சாவைக்கூட தொட்டு எழலாம். சாதியால் மூடுண்ட இச்சமூகம் அதீத போதையால் ஒரு திறப்பை உண்டாக்கப் பார்க்கிறது.

கடைநிலை வர்க்கத்தினர், சாதியினர் போதையை அதிகமாக ஏற்கின்றனர். மூன்றாம் உலக நாட்டினர்க்கு, குறிப்பாக இந்தியர்க்கு போதை என்பது கொண்டாட்டத்திற்கானதாக இருந்ததில்லை. நஞ்சுக் கலவையை மது என்ற பெயரில் குடிக்கக் கொடுத்து விளிம்புநிலை மக்களை அரசு கொஞ்சம்கொஞ்சமாக சட்ட பூர்வமாகக் கொல்கிறது. மனித உரிமை அமைப்புகள் இதைக் கண்டுகொள்வதில்லை. கொரோனா கிருமியின் பாதிப்புக்கு ஆளாக்கிச் சாவைத் தழுவும் தமிழரின் எண்ணிக்கையைவிட குடிநோயாளிகளாகிச் சாகும் மக்கள் அதிகம். போராயுதங்களால் நிகழ்த்தப்படும் போரைப் போல, கிருமிகளால் நிகழ்த்தும் உயிரியல் போரைப் போலப் போதைப் பொருட்கள் வழியாகவும் ரத்தமின்றி சப்தமின்றி நடத்தப்படுவதே இந்தப் போதை நுகர்வோர் அழித்தொழிப்பு. ஆஸ்திரேலிய அபாரிஜின்கள் போல மண்ணின் தமிழ்க்குடிகள் கொஞ்சம் கொஞ்சமாக அழிக்கப்படுகிறார்கள். போதைப்பொருட்களும் போராயுதங்களும் இல்லாத சமூகமே உயிரியல் வரலாற்றில் நிலைக்கும். புதுச்சேரி குடிக்கும் கவிதைக்கும் பெயர்பெற்ற நிலம். பாரதி, அரவிந்தர், பாரதிதாசன், வாணிதாசன், தமிழ் ஒளி, புதுவைச் சிவம் என சிலையாகி நிற்கும் கவிகள் இம்மண்ணில் உண்டு. வீரைவெளியனாரும் காரைக்கால் புனிதவதியாரும் இம்மண்ணின் மாந்தர்கள். வாழும் கவிகள் ஆயிரம்பேர் இருக்கிறார்கள். புதுச்சேரி ஒரு சித்தர் பூமி, இங்குக் குடிப்புகுந்து பத்தாண்டுகள் வாழ்ந்ததால்தான் பாரதி தனது பெரும்படைப்புகளை எழுத முடிந்தது. இதுவொரு பாரதிதாசனூர்; அரசு மகப்பேறு மருத்துவமனையில் குழவி பிறக்காத நாளிலும் கவி பிறப்பார். நான் அப்படித்தான் ஓரிரவு ஐப்பசி அடர்மழையில் பிள்ளையாரின் உடைந்தத் தந்தத்தைப் பிடித்தபடி பிறந்ததாக அம்மா சொல்வார்.

? படைப்பில் பல்வேறு சோதனைகளை வெற்றிகரமாகச் செய்து பார்த்தவர் நீங்கள். தமிழில் எழுத ஆசைப்படும் ஒருவனுக்கு வாசிக்கவும் கற்கவும் வேண்டிய அடிப்படைகள் என்று சிலவற்றைச் சொல்ல முடியுமா?

பிறர் எழுத்துக்களை முன்வைத்தே எனது எழுத்துக்களை நான் அளவிட்டும் இடப்படுத்தியும் கொள்கிறேன். யாரும் சுயம்பு கிடையாது; சுயம்பு எனச் சொல்வது பிரதி ஆக்கத்தின் இயங்கியலுக்கு எதிரானது. நான் திருக்குறள் தொடங்கி அனைத்து செவ்வியல் பிரதிகளையும் பயில்கிறேன். பெரும்பாலும் சமூக எதிர்வினை எழுத்துக்களை நான் படித்து, ஒதுக்கிவிடுகிறேன்; அவை வரலாற்றில்

நிலைக்காது. நெஞ்சு பதைபதைக்கும் ஒரு கொடூரச் செயலின் செய்தியை முன்வைத்து என்னால் கவிதை செய்ய இயலாது. அச்செயலின் அரசியல் தத்துவக் கேள்விகள் என்னுள் கிளர்த்தும் சொல்லாடல்களிலிருந்தே படைப்புக்கானக் கூறுகளைத் தொகுத்துக் கொள்கிறேன். கழுத்தில் டயரை மாட்டிக் கொளுத்தப்பட்டு எரியும் யானையோடு செல்ஃபி எடுக்கும் செயலைப்போல எல்லோரும் அவசர அவசரமாகக் கவிதை எழுதி முகநூலில் பதிவிடுகிறார்கள். அவற்றை வாசித்து வெறுமனே கடந்துசெல்ல முடியவில்லை; நானும் அதைப்பற்றி எழுதாததின் குற்றவுணர்ச்சிக்கு ஆளாகி உள்ளம் நோகிறேன். இலக்கியப் படைப்பாளர்கள் ரசவாதிகளாக வேண்டும்; பத்திரிகை செய்தியாளர்களாக உருத்திரியக்கூடாது. நாம் செம்மொழியில் எழுதும் பின்நவீனகாலப் படைப்பாளர்கள் என்பதை மனதில் கொள்ளவேண்டும். அனைத்தையும் வாசிக்க வேண்டும்; எழுதுவதைத் தள்ளிப்போட வேண்டும். உண்மையில், இதை எனக்கு நானே சொல்லிக்கொள்கிறேன்; பிறருக்குச் சொல்லவில்லை; போதிப்பதற்கு நான் என்ன கடவுளின் முகவரா?

? தமிழில் சமீபத்தில் நாவல் வடிவத்தில் நிறைய சாதனைகள் நடந்திருக்கின்றன. உங்களைக் கவர்ந்த நாவல்கள், நாவலாசிரியர்கள் பற்றிக் கூறுங்கள்.

ஜெயமோகன், எஸ். ராமகிருஷ்ணன், ரமேஷ் பிரேதன் இவர்களைத் தொடர்ந்து வாசிக்கிறேன். முன்புபோல நிறைய வாசிக்க இயலவில்லை. உடல்நிலை மோசமாகிக்கொண்டுவருவதால் நேர்ந்த பொறுப்பின்மை. புலியூர் முருகேசன், கரன் கார்க்கி, முத்துநாகு, சு.தமிழ்ச்செல்வி, லக்ஷ்மி சரவணகுமார் இவர்களை வாசிக்கிறேன். பா.வெங்கடேசனையும் சு.வெங்கடேசனையும் யுவன் சந்திர சேகரையும் மொத்தமாக வாசிக்கவேண்டும். ஈழத்தின் இளைய தலைமுறையினருக்காக ஓராண்டை மொத்தமாக ஒதுக்கவேண்டும். இந்தியாவின் கிழக்கு விளிம்பில் நிற்கிறேன்; கால் இடறி கடலில் விழுந்துவிடுவேனோ என்ற பயமும் இருக்கிறது. ஜெயமோகனின் வெண்முரசு நூல்களை அடுத்த பிறவியில்தான் படிக்கவேண்டும்.

? ரமேஷ் பிரேதன் தன்னைப் பற்றி வைத்திருக்கும் உருவகிப்பு என்ன?

வாசலில் நிற்கும் காட்டைப் பிரிந்த கோயில் யானை.

பகுதி - 2

மொழியரசியல் என்பதைச் சொந்த நாவிலிருந்துத் தொடங்கவேண்டும்!

நேர்கண்டவர்கள்

● சித்ரன் ● சூர்யதேவ்
● லஷ்மி சரவணகுமார் ● முருகபூபதி

சபரிநாதன் : நீங்கள் எந்த நூற்றாண்டில் வாழ்கிறீர்கள்? உங்கள் ஊர் எது?

மூளைக்குள் புறப்பொருள் அறிதல் சேகரமாகி, அதிலிருந்து மொழி முளைத்த காலந்தொட்டு என் இருத்தலைக் கணக்கிடுகிறேன். தொடக்கமும் முடிவுமில்லா இருப்பு என்பது மரபணு இயங்கியல் சார்ந்தது. அது எனக்கு முன்னின்று பின்தொடர்வது. நான் தனியன் அல்லன்; சங்கிலித் தொடரின் ஒரு கண்ணி. இன்று மொழிவழி பொருண்மைப்படும் என் உடம்பு மொழியைவிட மூத்தது. என் உடம்பு சமூகத்தின் ஓர் அங்கமாகி நிற்பதற்கு மொழியே அடித்தளமாக இருக்கிறது. மொழியே எனது தேசியம். நான் ஒரு மொழியுயிரி; என் உடம்பு அதன் ஒரு சொல். சொல்லின் தொன்மையால் என் இருப்பைக் கணக்கிடுகிறேன். மொழியியலாளரே என் காலத்தைக் கணக்கிட்டு வயதை அளவிடவேண்டும். நான் எந்த நூற்றாண்டில் வாழ்கிறேன் என்பதை அவர்களால்தான் சொல்லமுடியும். இந்தியத் துணைக்கண்டத்தின் தென்மூலைக் கிழக்குக் கடலோரம் ஒரு புள்ளியில் இருக்கிறேன்.

சபரிநாதன் : கவிதை உங்களை எப்படி வந்தடைந்தது?

பிறப்பும் இறப்பும் என்னை எப்படி வந்தடைந்தன என்று என்னால் அடிக்கோடிட்டுச் சுட்டமுடியும்; ஆனால், கவிதை எப்படி எங்கிருந்து எவ்வழி என்னை வந்தடைந்தது என்பதை அறுதியிடமுடியாது. கலையின் மாயயெதார்த்தம் கருக்கொள்ளும் புள்ளி இது. மொழியாலான எல்லாவற்றிலும் கவித்துவம் இருக்கிறது; அது கவிதைக்கானது மட்டுமில்லை. தாலாட்டு, ஒப்பாரி, பெருமூச்சு, வக்கனை, சொலவடை, பழமொழி எனப் பயின்றுவரும் நாட்டார் மரபு ஓரிடத்தில் நிலைப்படும்போது இலக்கியமாகிறது. நாட்டார் மரபே செவ்வியல் மரபிற்கு அடித்தளம். பிடி மண்ணில் ஊன்றப்பட்ட துளி விதைதான் அடர்ந்த ஆலமாகிறது. தமிழின் செவ்வியல் தொன்மையைச் சங்கம் தொட்டு அறுதியிடுகிறோம்; ஆனால், நாட்டார் மரபிற்குக் காலவரையறை இல்லை; அது உடம்போடும் மொழியோடும் பிறந்தத் தொடக்கமில்லாதது. தாய்மொழி மூளையில் ஊன்றி நாவில் துளிர்க்கும்போதே

கவிதையின் இயங்கியல் தன்மையைத் தடங்காணமுடிகிறது. மொழியாலான கலைச்செயலிலிருந்தே அணியிலக்கணம் வரையறுக்கப்படுகிறது. படைப்பாளரை மட்டுமில்லை வாசகரையும் இப்படித்தான் கவிதை என்னும் மொழிக்கலை வந்தடைகிறது.

முருகபூபதி : தொன்மரபு கொண்ட தமிழ் நாடகநிலத்தில் அதன் கலைமொழியை, தொடர்ச்சியை, சமகாலத்தின் இலக்கியவாதியாய் எப்படி பார்க்கிறீர்கள்?

வேட்டைச் சமூகத்தின் உழுகுடியின் தொழில்சார் போலச்செய்தலின் இலக்கண வடிவமே நாடகக்கலையாகப் பரிணமிக்கிறது. பாட்டும் கூத்தும் கலந்த நிகழ்த்துமுறையில் பேச்சு கலந்து, மொழி மற்றும் உடம்புடன் ஒளி ஊடுருவி மூன்றாம் பரிமாணம் துலங்கும்போது மரபுவழி நவீன நிகழ்த்துக்கலை வடிவம் பெறுகிறது. எடுத்துக்காட்டாக ஓர் எளிய சமன்பாடு இப்படி அமையலாம்: கண்ணப்பத் தம்பிரான் + நா. முத்துச்சாமி + சி. ரவீந்திரன் = நவீன நாடகம். ஒரு மரபுக்கலைஞன், நவீன இலக்கியவாதி, நவீனத் தொழில்நுட்பன்; இந்தக் கூட்டுக் கலவை சமகாலத் தமிழ் நாடகத்தை வடிவமைக்கிறது. கண்ட கனவை மீண்டும் காணமுடியாது; அதுபோல ஒருமுறை நிகழ்த்தியதை மீண்டும் நிகழ்த்தும்போது அதில் பலவகை வளர்ச்சிதை மாற்றங்கள் நிகழ்ந்து அது வேறொன்றாகப் பரிணமிக்கும். இதுவே மேடை நிகழ்த்துக்கலையின் மாய இயங்கியல்பு. தமிழ்ச் சமூகத்தில் பெரும்பாலான இலக்கியவாதிகள் ஏழைகளாகவிருப்பதால் அவர்களால் நாடகத்தைத் தொடர்ந்து முன்னெடுக்க முடிவதில்லை. நானும் நாடகங்களை எழுதி இயக்கியிருக்கிறேன், மொழிபெயர்த்து வெளியிட்டிருக்கிறேன். கண்டக் கனவைக் காட்சிப்படுத்தி சேகரித்துவைக்க இயலாதபோது உள்ளம் சோர்ந்து ஒடுங்கிவிட்டேன். பார்வையாளர்களே கூடாத அரங்கில் வெற்று நாற்காலிகளுக்காக என்னால் எழுதி இயக்கி உடனுழலும் நடிப்புக் கலைஞர்களைப் பட்டினிப்போட முடியாது. எனவே அங்கிருந்து வெளியேறிவிட்டேன்.

சூர்யதேவ் : மாற்று அரசியல், மாற்று இலக்கிய உத்தி என தங்களின் இலக்கியப் படைப்புகள் மூலம் ஒரு புதிய பாய்ச்சலைத் தமிழ்ச்சூழலில் 90 களில் ஆரம்பித்து இன்றுவரை தொடரும் உங்கள் வாழ்க்கைப் பயணத்திலும் இலக்கியப் பயணத்திலும் தர்க்கம், தத்துவம், கோட்பாடு, அறம் ஆகியனவற்றின் தாக்கம் அல்லது அதன் பங்கு என தாங்கள் கருதுவது என்ன?

செம்புலப் பெயல்நீர் போல படைக்கும் பனுவலில் வெளிப்படும்

அறம் எனது வாழ்முறையில் வழுவாமலிருக்க வேண்டும் என்பதில் உறுதியாக இருந்தேன். கூட்டுவாழ்க்கை, கூட்டு எழுத்து, பொதுவுடைமை, தன்னலம் ஒழுகா உள்ள ஒழுங்கு, சாதிய நெருக்கடி கடந்த அகன்ற இடதுசாரிய வெளி இவையே வாழ்க்கை நெறியாக இருந்தது. இப்படியான வலிநிரம்பியச் சோதனை வாழ்க்கை முறை இருபத்தைந்தாண்டுகள் பேணப்பட்டது. ஆனால், ஆற்றின் அகலத்தைக் குறுக்காகத் தாண்டிக் கடந்தாலும் தனிமனிதத் தன்னல விருப்பு வெறுப்பைத் தாண்டமுடியாது. தனிவுடைமை என்பது தனியொரு உடம்பிலிருந்து உருப்பெருக்கமடைகிறது. எதிர்கால அறிவியல் வளர்ச்சி கூட்டு மனத்தையும் கூட்டு உடம்புகளின் வாழ்வியக்க முறைமைகளையும் கட்டமைக்க உதவலாம். பொதுவுடைமைத் தத்துவம் என்பது உடைமைகள் பற்றியது மட்டுமில்லை, உடம்புகள் பற்றியதுமாகும். தன் உடம்பையும் உள்ளத்தையும் அறிவையும் பொதுவில் வைக்காமல் உடைமைகளை மட்டும் பொதுமைப்படுத்துவது இறுதியில் கொலையிலும் தற்கொலையிலுமே முடியும். எனக்கோ பிறருக்கோ உடம்புவழி வலியை நான் தரவில்லை. தனியொருவரின் உள்ளம் மட்டுமே அவரொருவரால் உருவாவது, அத்தனியொருவரின் உடம்பு என்பது ஐம்பூதகங்களால் உருவானது, அதை வலிக்கச் செய்வதோ கொன்றழிப்பதோ அறமாகாது. நான் எழுதுகிறேன் அதனால் இருக்கிறேன்; எழுத்துக்கு வெளியே நானில்லை.

லக்ஷ்மி சரவணகுமார் : கோட்பாட்டு ரீதியிலான காத்திரமான உரையாடல்களை உருவாக்கியதில் உங்களது பங்களிப்பு முக்கியமானது. எண்பதுகளிலும் தொண்ணூறுகளிலும் தமிழ் புனைவுலகில் நிகழ்ந்த ஆரோக்கியமான மாற்றத்தில் இந்த உரையாடல்களின் பங்களிப்பு முக்கியமானதொன்று. ஆனால் கடந்த பத்து வருடங்களில் கோட்பாடு ரீதியாக நீங்கள் எழுதாதது ஏன்?

ஆம், கடந்த பதிமூன்று ஆண்டுகளாக கவிதை, நாவல்களில் மட்டுமே என்னால் தயக்கமின்றி தங்குத்தடையின்றி பேசமுடிகிறது. என் தனிப்பட்ட வாழ்க்கையில் ஏற்பட்ட சரிவுகள் அரசியல் தத்துவ அறம்சார் சொல்லாடல்களை முன்னெடுப்பதில் அயற்சியை ஏற்படுத்துகின்றன. பேசும்போது நான் என்னை வேவுபார்க்கிறேன்; போலித்தனம் தெரிகிறது. மார்க்ஸ் – ஏங்கல்ஸ், மிஷேல் பக்குனின், காந்தியார், பெரியார், அம்பேத்கர் இவர்கள் ஊடாடாமல் ஒரு வாக்கியத்தை என்னால் எழுதமுடியாது. நான் எழுதிய அபுனைவுகளுக்கு என்னால் உண்மையாக இருக்கமுடியவில்லை.

நான் பல்கலைக்கழகக் கல்வியாளன் இல்லை; ஓர் எளிய எழுத்துக் கலைஞன். குடிகாரர்கள் தத்துவவாதிகளாகவும் சோதிடர்கள் தீர்க்கதரிசிகளாகவும் தொழிலதிபர்கள் ஒரு குடியரசின் அதிபராகவும் கொலைகாரர்கள் சமூகப் போராளிகளாகவும் உருத்திரிந்திருக்கிறார்கள். முழுமையான வாக்கியத்தால் என்னால் சிந்திக்கமுடியவில்லை. நான் மூன்றாம் உலக எழுத்தாளன்; ஐரோப்பிய பின்நவீனத்துவச் சிந்தனையாளர்களின் அறவொழுங்கிற்குப் பின்னால் பதுங்கிக் கொள்ள வெட்கமாகயிருக்கிறது. அந்தோனின் அர்த்தோவும் ஃப்ரெதெரிக் நீட்ஷேவும் மது அருந்தும்போது அழையா விருந்தாளியாக வலியச்சென்று அமர ஏதோவொன்று தடுக்கிறது. ஆனால், எனது இக்காலப் புனைவுகள் எல்லாம் மாறுவேடமிட்ட நுண்ணரசியல் தத்துவச் சொல்லாடல்கள் என்பதைக் கூரிய வாசகரால் அறியமுடியும். நான் எந்தவொன்றையும் வெளிப்படையாகக் கேள்விக்குட்படுத்தத் தகுதியற்றவனாக இருக்கிறேன். மிஷேல் ஃபூக்கோ, ழான் ழெனே, அந்தோனின் அர்த்தோ, ழான் போல் சார்த்ர், சே குவேரா போஸ்டர்கள் ஒட்டப்பட்ட அறையில் ஈழ விடுதலையைப் பற்றி பேசிப்பேசி விடிந்த இரவுகளை அசைபோட்டபடி, இன்று ஊனமுற்ற உடம்பால் விளைந்தத் தனிமையில் உழல்கிறேன். மேலும், புனைவு, அபுனைவு என்ற பிரிவுகளைக் கடந்துவந்துவிட்டேன். இனியான எழுத்து அப்படியாகத்தான் அமையும். ஒவ்வொரு சொல்லும் பொருளுடையது மட்டுமில்லை அது புனைவாலுமானது. கட்டுரைக்கும் கட்டுக் கதைக்குமான இடைவெளியைச் சமன்படுத்த எத்தனிக்கிறேன்.

சூர்யதேவ் : தமிழ் இலக்கியத்தில் கோட்பாட்டுப் புரிதலில் தேக்கநிலை ஏற்பட்டுள்ளதா? கோட்பாட்டுப் புரிதலின்மையால் ஏற்படும் நன்மை தீமை பற்றி...

ஆசான்கள் அளித்த கம்யூனிஸ்ட் கட்சி அறிக்கையை முன்வைத்தோ, அந்த்ரே ப்ரெதோன் வரையறுத்த சர்ரியலிச அறிக்கையை முன்வைத்தோ எந்தவொரு கலைஞரும் கலை இலக்கியச் செயல்பாட்டில் ஈடுபடுவதில்லை. சமூக அரசியல், கலை இலக்கியத்தில் இவ்விரு அறிக்கைகளே காத்திரமானவை. எனவே இவற்றைக் குறிப்பிட்டேன். இவ்விரு கோட்பாடுகளே இன்றளவும் சமூகக் கலை இலக்கிய அரசியல் களத்தில் செல்வாக்குப் பெற்றிருக்கின்றன. ஆனால், இவற்றை மட்டுமே வழிகாட்டிக் கையேடாகக்கொண்டு யாரொருவரும் செயல்படுவதில்லை; இருப்பினும் இவ்விரு கோட்பாட்டுத் தளத்திலிருந்து விலகியும்

உடன்பட்டும் முரண்பட்டும் தொட்டும்தொடாமலும் தாமரை இலை நீர் போல உருண்டுகொண்டிருக்கிறோம். தமிழகத்தின் திராவிடக் கலை இலக்கிய அரசியல் கோட்பாடுகளும் இந்தியத் தலித் கலை இலக்கிய அரசியல் கோட்பாடுகளும் பரந்த இடதுசாரிய அறிவொழுங்கில் முடிவற்ற சொல்லாடல்களை உருவாக்குகின்றன. அரசியல் அறிவொழுங்கிலிருந்து கலை இலக்கிய அறிவொழுங்கு வேறுபட்டது. ஆசான்கள் உள்வாங்கித் தமது புலனின்பமாக்கிக் கொண்ட கலை இலக்கியங்கள் வர்க்கம் கடந்தவை. ஐரோப்பிய அரசியல் மற்றும் கலை இலக்கிய அறிவை மட்டுமே அளவுகோலாகக்கொண்டு உலகின் மூலைமுடுக்கை எல்லாம் ஆய்ந்தறிந்துப் பொதுமைப்படுத்தலாகாது. இது தமிழுக்கும் பொருந்தும்.

சபரிநாதன் : பிரெஞ்சு இலக்கியமும் கோட்பாடுகளும் உங்கள் ஆளுமையில் எவ்விதமான தாக்கத்தை ஏற்படுத்தின? அவற்றில் இருந்து நீங்கள் பெற்றுக்கொண்டவை என எவற்றைச் சொல்வீர்கள்?

நான் கம்யூனிசத்திலிருந்துத் தொடங்கி சர்ரியலிசம் வழியாகத்தான் கலை இலக்கியங்களில் எனக்கு உடன்பாடானதைத் தேர்ந்துத் தொகுத்துக் கொண்டேன். பிரெஞ்சு சர்ரியலிஸ்டுகளின் வழிமுறையும் இப்படித்தான் இருந்தது. அமைப்பியல், பின் அமைப்பியல், பின்நவீனத்துவச் சிந்தனையாளர்களின் கல்விப்புலப் பின்னணி என்னை மருட்டியது. சார்த்ர், ஹெலேன் சிசுவைப் போல பிற சிந்தனையாளர்களுடன் இயல்பாக ஒழுகமுடியவில்லை. பிரெஞ்சுப் பெண்ணியவாதிகள் கோட்பாட்டாளர்களாகவும் இலக்கியப் படைப்பாளர்களாகவும் விளங்குவதால் அவர்கள் எழுத்துக்களில் என்னால் இயல்பாகப் புழங்கமுடிந்தது. நான் மொழிபெயர்த்த கிரிஸ்தேவாவின் “கிழவனும் ஓநாயும்” என்ற நாவலும் ஹெலேன் சிசுவால் அன்னா அக்மதோவாவின் வாழ்வின் ஒரு பகுதியை நாடகமாக்கியப் பனுவல் வெள்ளைப் “பாய்மரம் கறுப்புப் பாய்மரம்”, மார்கெரெத் துய்ராவின் “என் அன்பே ஹீரோஷிமா” என்ற திரைக்கதைப் பனுவல், ழார்ழ் பத்தாய்யின் “கண்ணின் கதை” யாவும் கூட்டு வாழ்க்கையைவிட்டு வெளியேற்றப்பட்டபோது அங்கேயே கைவிடப்பட்டன. எனது நூலகத்தின் பிரெஞ்சு சேகரிப்பு யாவும் முடக்கப்பட்டன. நான் முற்றாக இருட்டடிப்புக்கு ஆளானபோது; என்னை நானே நோவதைத் தவிர வேறு வழியற்றுப்போனேன். சொந்தக் கதையைப் பேசுவதற்கு மன்னிக்கவும். பிரெஞ்சு இலக்கியம், தத்துவம், திரைப்படம் யாவும்

சோறும் தண்ணீருமாக உடம்பிலூறி என் ஆளுமையை வடித்தன. கல்வியாளர்களும் அரசியல்வாதிகளும் கலை இலக்கியச் சூழலை ஆக்கிரமிக்கும்போது அங்கே கலைஞர் மனச்சிதைவுக்கு ஆளாகிறார். பொதுவாக, இந்த இலக்கிய வாழ்க்கையிலிருந்து நான் பெற்றவை ஒரு கூடை புணர்ச்சிகள், நூறு கூடை காயங்கள்.

?

சூர்யதேவ் : பின்நவீனத்துவம் எவ்விதமான விடுதலையை சாத்தியப்படுத்துகிறது?

அறிவு அற்றம் காக்கும் கருவி, அறிவே அதிகாரம், அறிந்ததிலிருந்து விடுதலை; இப்படியான கண்டடைதலுக்கு நடுவிலிருந்து அறிவு ஓர் இடத்தில் தேங்கும்போது ஃபாசிசம் உருத்திரள்கிறது என்பதை வந்தடைந்தோம். அறிவைப் பொதுமைப்படுத்துவதை மறுக்கும் பண்பாட்டு மத அரசியல் ஒடுக்குமுறைக்கு ஆட்பட்டச் சமூகத்தில் உருவாகி வளர்ந்த ஒரு தன்னிலைக்கு *God is a Fascist* என்ற தன்னறிவு இயல்பிலேயே உருப்பெற்றுவிடுகிறது. ஃபாசிசம் அண்டாத மனத்தையும் அறிவையும் இடதுசாரியப் பின்நவீனத்துவம் கட்டமைக்கிறது. ஒன்றை மேலாதிக்கம் செய்யும் அறிவொழுங்கைக் குலைப்பதிலேயே பின்நவீனத்துவ விடுதலை அரசியலும் அறவியலும் கட்டமைகிறது. இதையே இடதுசாரியப் பின்நவீனத்துவ அரசியல் செயல்பாடு எனப் புரிந்துகொள்கிறேன். ஒட்டுமொத்த அழுத்தங்களிலிருந்து தன்னை விடுதலை செய்ய கடவுள் வரும் என்ற எதிர்பார்ப்புப் பொய்த்து, இயேசு கிறித்து ஏமாந்து சிலுவையில் தொங்கியபோதே இறையியல் செத்துவிட்டது. மதத்தின் பொய்மை முகம் தோலுரிக்கப்பட்டு இரண்டாயிரம் ஆண்டுகள் கடந்துவிட்டன. வலதைக் கடந்த இடது ஃபாசிசத்தை இருபதாம் நூற்றாண்டில் கண்டும் அனுபவித்தும் தெளிந்துவிட்டோம். மதம், வலது, இடது என அனைத்திலிருந்து வெளிப்படும் மேலாதிக்க அறிவொழுங்கைக் குலைப்பதே இனியான பின்நவீன விடுதலை அரசியல் என்ற புரிதலை வந்தடைந்திருக்கிறோம். கலை இலக்கியத்தில் இதை அடையாளம் காண்பதையும் வளர்த்தெடுப்பதையும் விழைகிறேன்.

?

லக்ஷ்மி சரவணகுமார் : பரதேசி சிறுகதையில் வரும் பேராசிரியரின் வாழ்வில் இந்திய பாகிஸ்தான் பிரிவினை ஒரு புள்ளியாகவும் அவர் ஜெர்மனிக்குப் பயணிக்கும்போது இரண்டாம் உலகப்போர் இன்னொரு புள்ளியாகவும் இணைந்து அந்தக் கதை கடந்த நூற்றாண்டின் வெவ்வேறு குரூர முகங்களைக் காட்டுகிறது. வரலாற்றின் மீதான இந்தக் கதை சொல்லுதலை எவ்வாறு திட்டமிட்டீர்கள்?

இந்தியத் துணைக்கண்டத்தின் தேசிய இனங்களின் விடுதலை இறையாண்மைகொண்ட மொழித்தேசிய அரசியல் சுயநிர்ணயச் சொல்லாடல்கள் மூடிப் புதைக்கப்பட்டு, மதத்தேசியம் பற்றிய சொல்லாடல்கள் முன்னெடுக்கப்பட்ட, வலி நிறைந்த வரலாற்று மோசடியை உள்ளீடாகக்கொண்டு எழுதப்பட்ட கதை. இந்துஸ்தான், பாகிஸ்தான் என மதவழி தேசங்கள் இரண்டின் வலிநிறைந்த உதயம் என்று சொல்லாமல் அதை வலிகொண்ட பிரிவு எனச் சொல்லிச்சொல்லி, இத்துணைக்கண்டத்தில் ஒரு நாட்டின் விடுதலை என்பதே பிரிவினை என்பதாக குடிகளின் மனங்களில் பதியப்பட்டுவிட்டன. இந்தியா, நேப்பாளம் என்ற இந்து நாடுகளும்; பாக்கிஸ்தான், வங்கதேசம் முதலான இஸ்லாமிய நாடுகளும்; இலங்கை, மியான்மர் முதலான புத்த நாடுகளும் மத அடிப்படையில் தோன்றி, மொழிவழி தேசிய இனங்களின் விடுதலைச் சொல்லாடல் தடைபட்டு மௌனமாக்கப்பட்டது. பெருமதங்களின் பெருந்தேசியச் சொல்லாடல் முன்னெடுக்கப்பட்டு மொழித்தேசியமான திராவிடநாடு, குறிப்பாக தனித்தமிழ்நாடு பற்றிய பேச்சு ஒலியிழந்துபோனது. இந்த விவாதத்தைப் பொந்திஷேரி (புதுச்சேரி) யிலிருந்து பாரிஸ் வழியாக பெர்லின் வரை கதைக்கான அரசியல் வரைபடம் ஒன்றை உருவாக்கி *Post Second World War* அரசியல் கட்டமைப்பில் எழுதப்பட்ட நெடுங்கதை இது. இந்தப் பரதேசியின் ஊடுபிரதியாக ஸதத் அஸன் மண்டோவின் ஆக்கங்களும் அலேன் ரெஸ்னேவின் “இரவும் பனியும்” ஆவணப்படமும் முன்நிற்கின்றன. பொந்திஷேரியைச் சார்ந்த ஸொர்போன் பல்கலைக்கழக மாணவனும் புதுச்சேரி பல்கலைக்கழக ஆங்கிலப் பேராசிரியர் பச்சியப்பனும் திருவண்ணாமலைக் குகைகளும் பெர்லின் நாசி வதைமுகாமும் பின்னிப் பிணைந்துப் பெருகி அகிலம்சார் தற்கால அரசியல் புனைவெழுத்தாய் உருவானது. மலையாளத்தில் மொழிபெயர்க்கப்பட்டு தொடராக வெளிவந்தது. திரைப்படமாக உருவாக்கினால், தமிழுக்கு ஒரு பன்னாட்டு இந்தியச் சினிமா கிடைக்கும். இக்கதை எழுதி இருபதாண்டுகள் கடந்த நிலையில் யாராலும் பேசப்படாமல் நானே முதலாவதாக பேசவேண்டிய அவலமும் அபத்தமும் நேர்ந்துவிட்டது.

சித்ரன் : “சொல் என்றொரு சொல்”லில் ததாகதரின் இறுதி இரவுப் பகுதியும் அம்பிகை வசியவாலைப் பகுதியும் நான் தொடர்ச்சியாக மீண்டும் மீண்டும் வாசிப்பவை. ஆனால் எவ்வித மையச்சரடுமற்று புனைவுச் சிதறலாய் உள்ள அந்நூலை எப்படி நாவலாய் வகைபடுத்துகிறீர்கள்?

கதாபாத்திரங்களின் வழியே நிகழ்வுகளை வளர்த்தெடுத்து அனைத்தையும் ஒருசேர திரட்டி பெருங்கதையாடலைக் கட்டமைப்பதே பேரிலக்கியச் செய்முறையாக இருக்கிறது. அதற்கு மாறாக, சிறுசிறு கதைகளினூடாகப் பெருகும் சொல்லாடல்களைக் கொண்டு, ஏற்கெனவே வரலாறு கட்டமைத்த பெருங் கதையாடல்களைச் சிதைவாக்கம் (deconstruction) செய்துத் தொகுத்துக்கொள்வதே பின்நவீனப் பனுவலின் செய்முறையாக இருக்கிறது. இப்பனுவலை வாசிக்கும் தொழில்நுட்ப அறிவே பின்நவீனத்துவப் பிரதியின்பமாகிறது. சொல் என்றொரு சொல் நாவலானது இரண்டாயிரமாண்டு தமிழ் நிலப்பரப்பில் பேசப்பட்ட பெருங்கதையாடல்களைத் தொகுத்துக்கொள்கிறது. சங்க காலத்திலிருந்து தமிழ்ச் சினிமாக் காலம்வரை சிதைவாக்கப்படுகிறது. புராண காலம், புத்த காலம், சங்க காலம், பக்தி காலம், மூவேந்தர் காலம், தமிழ் நிலத்தில் ஊடுருவிய உள்நாட்டு வெளிநாட்டுக் காலனிய காலம், விடுதலைப்போராட்டக் காலம், திராவிட அரசியல் காலம், ஈழவிடுதலைப்போர் காலம் என பரந்துபட்ட அரசியல் தளத்தில் நாவல் நகர்கிறது. நாவல் என்ற பெயரில் கதைசொல்லும் காலம் முடிந்துவிட்டது; இனியான நாவல் என்பது காலத்தைச் சிதைவாக்குவது. அடைபட்ட வெளி நடுவை மையம் எனக்கொண்டால் அதை சிதைப்பதில்தான் விளிம்புகள் விலகும். மையம் சிதைந்த உள்ளம் பைத்தியமானால், அதிலிருந்து வெளிப்படும் பைத்தியம் பீடித்தச் சொற்களால் நேர்க்கோட்டுக் கதைகளை வரையமுடியாது. காதை கேட்டால் காதைக் கடிப்பேன் என்று பைத்தியமாக நடிக்கும் எழுத்தாளரோ, எழுத்தாளராக நடிக்கும் பைத்தியமோ சொல்லும். சொல் என்றொரு சொல் ஒரு நாவல் இல்லை; *It's a manual of understanding the madness.*

லக்ஷ்மி சரவணகுமார் : அதீதனின் இதிகாசம் கிரணத்தில் வந்தபோது அதை நீள்கவிதை என்றே நீங்கள் அறிவித்திருந்தாலும் நூலாய் வாசிக்கையில் அதையொரு நாவலாகவே உணரமுடிந்தது. அந்த வடிவத்திலான நாவல் எழுத்துமுறை குறித்து என்ன நினைக்கிறீர்கள்?

அதீதனின் இதிகாசம் என்பது நானும் பிரேமும் சேர்ந்து உருவாக்கிய அதி கதை மண்டலம். இதன் சொல்முறையில் உலகக் கலைஞர்கள், போராளிகள் பலரின் மனச்சிதைவுற்ற வாழ்க்கை மற்றும் படைப்புகளின் தாக்கமுண்டு. குரூர அரங்கின் நிகழ்வுகளை எழுதிப்பார்க்கும் எத்தனம். இதில் பயின்று வரும் கவிதையியல் ஒழுங்கு, உள்நுழைந்த ஒருவரை வெளியேறவிடாமல் கதவை

அடைத்துவிடும். அதிலிருந்து வெளியேற உயிர்ப்பலியிடவேண்டும். எனவே, அவ்வாழ்வியக்க படைப்பு வெளியிலிருந்து வெளியேற விரும்பிய சக படைப்பாளியான பிரேம் என்னைப் பலியிட்டார். காளியின் கழுத்தில் மாலையாகத் தொங்கும் கழுத்தறுபட்ட மண்டைகளில் ஒன்றில் என் முகத்தை அடையாளம் காணலாம்.

சாருநிவேதிதாவும் அமரந்தாவும் கிரணம் இதழில் வெளியிட்ட அனைத்து ஆக்கங்களையும் ஒரே நூலாகத் தொகுக்கும்போது அதன் வடிவவொழுங்கை மாற்றியமைத்தேன். அவற்றின் மீது படிந்திருந்த பிற ஆளுமைகளின் செல்வாக்கை நீக்கினேன். சிலவற்றை நீக்கி பலவற்றை புதியதாகச் சேர்த்து, சமகால பின்நவீனத்துவ வாசிப்புத் தொழில்நுட்ப முறைமையை உள்வாங்கி, அதை பிரதியாக்கத் தொழில்நுட்பத்திற்குப் பயன்படுத்தினேன். செவ்வகப் பாறையைத் தேர்ந்து சிலைவடிக்கும் வேலை. பிரேமின் ஒரு துளி விந்தை உள்வாங்கிக் கருத்தரித்து வளர்த்து ஈன்ற உயிர்த் தொழில்நுட்ப விளைவு. கிரணம் எழுத்துகள், அதீதனின் இதிகாசமாக உருமாற்றமடைந்த முப்பதாண்டுகளின் கதை இது. கவிதையை நாவலாக மாற்றிய ரசவாதம்.

கிரணம் எழுத்துகள் அதீதனின் இதிகாசமாக மாறியிருக்கிறது. இந்த அதீதனின் இதிகாசத்தை இன்று எழுதினால் கதை சொல்லும் முறையும் அதன் வீச்சும் வேறாக இருக்கும். அதுவொரு மூலச் செவ்வியல் பிரதி, அதைத் திருப்பித் திருப்பி எழுதி காலத்தையும் ஆற்றலையும் வீணடிக்க விருப்பமில்லை. ழான் ழெனே தனது முதல் படைப்பான கடுங்காவல் என்ற நாடகத்தை தன் வாழ்நாள் இறுதிவரை செப்பம் செய்தபடி இருந்தார். தனது முதல் படைப்பே உயிரோடு வாழ்ந்து பார்த்த இறுதிப் படைப்பாகவும் அமைந்துவிட்டது. அதுபோலவே நானும் பிரேமும் இணைந்து செய்த முதலும் முடிவுமான ஆக்கமாய் அதீதன் முடிந்துவிட்டான். இரட்டையரின் வலிநிறைந்த வாழ்க்கையில் விளைந்த இப்பனுவல், சவப்பேழை வடிவில் அமைந்தப் பனுவல், இது இப்படியாகவே இருக்கட்டும். ஒற்றைச் சவப்பெட்டிக்குள் இரண்டு பிணங்கள். இப்பனுவலின் எழுத்து முறையைத் தன்னியல்பாகச் சிலர் கவினுற பின்பற்றுகிறார்கள். படைப்பிலக்கியத்துறையில் அதீதன் செலுத்தும் தாக்கம் அதிகம். ஆனால், விமர்சன அறிவொழுங்கு இல்லாதத் தமிழில் எந்தவொரு கல்விப்புலமோ இலக்கியப்புலமோ இப்பனுவலைக் குறிப்பிடுவதில்லை. இது, இருவர் கண்ட கிரணம் எழுத்தியக்கம்; இது, இருள் மனவெளியில் நிகழும் மூன்றாமுலகப்

பேரரசியல் செயல்பாடுகள் பற்றிய நுண்சொல்லாடல்கள் என்பதைக் கூரிய விமர்சகர்களே விரித்து விளக்கி எழுதவேண்டும்.

சபரிநாதன் : நீங்கள் எழுதவந்தபோது தமிழ் நவீனக்கவிதை மரபில் எவ்விடத்தில் தங்களை பொருத்திக்கொண்டீர்கள்? அது பற்றி எத்தகைய விமர்சனங்களைக் கொண்டிருந்தீர்கள்? எத்தகைய எதிர்பார்ப்புகள் இருந்தன உங்களிடம்?

பாரதி, பாரதிதாசன் வழியாகத்தான் தமிழின் நவீன இலக்கியத்துக்குள் நுழைந்தேன். இலக்கியம் என்றால் என்னவென்றே அறியாதத் தமிழ் பொதுபுத்திக்குள்ளிருந்து வெளியேறி தமக்கான மாற்று வெளியைக் கட்டமைத்துக்கொண்ட சிறு பத்திரிகைத் தளம் என் முகத்தில் கதவை அறைந்துச் சாத்தியது. இத்தளத்தில் செயல்பட்ட படைப்பாளிகள், விமர்சகர்களின் வாசிப்பும் படைப்பும் வேறாகவும் மனம் என்பது வர்ணாசிரமத்துக்குள் புதைந்தும் இருந்தது. இங்கு சக இலக்கியவாதிகளின் வட்டார அணுக்கம் என்பதை, நுணுகிப் பார்த்தால் அது சாதிய அணுக்கமாக இருந்தது. இன்று சொல்கிறோம், தலித் இலக்கியத்தைச் சாதிய இலக்கியம் என்று; ஆனால், இங்கு தொடக்கம்முதல் எல்லாமே சாதிய இலக்கியம்தான். எடுத்துக்காட்டாக, மௌனி சூத்திரராக இருந்திருந்தால் முதலிடத்தில் வைக்கப்பட்டிருக்கமாட்டார். கால் வைத்து நடந்த இடமெல்லாம் நான்கு வர்ணப் பூணூலில் சிக்கித் தடுக்கிவிழுந்தேன். இங்கு இடதுசாரிகள் மட்டுமே ஒப்பீட்டளவில் சாதியிலிருந்து வெளியேறியவர்களாக இருந்தனர். சக இலக்கியவாதிகள் எனது சாதியைத் தெரிந்துகொள்ள திருட்டு ஆர்வம் கொண்டிருந்தனர். புதுச்சேரிக்காரன், வெளியிலிருந்து வந்தவன், என்னைத் தமிழ்க்கவியாக ஒரு நிலப்பகுதியின் வட்டத்துக்குள் அடைத்து வகைப்படுத்த இயலவில்லை. இப்படியிருக்க, அன்று முதல் இன்றுவரை அந்நியப்பட்டு வெளியில்தான் நின்றுகொண்டிருக்கிறேன். நான் வேளிர் தொல்குடியோன், நவீனத் தமிழிலக்கியன்; ஆனால், இந்தியத் தமிழ்ப் பண்பாட்டு அரசியலை வடிவமைக்கும் பிரம்மனின் உடம்பிலிருந்து வெளியேறியவன். எனக்கு ஐம்பத்தியைந்து வயதாகிறது; இதுவரை, தன் சாதியிலிருந்து வெளியேறிய ஒரு தன்னிலையைச் சந்தித்ததில்லை.

சங்கம் தொடங்கி திருக்குறள், திருமந்திரம் வழியாக வள்ளலாரில் வந்தடையும் சித்தர் மரபிலக்கியம், சமணமும் பௌத்தமும் வழங்கிய பேரிலக்கியங்களை உள்வாங்கி; துணைக்கண்டத்துக்கு வெளியிலிருந்து நவீன - பின்நவீன கலை இலக்கியங்களை

எனக்கான அடித்தளமாக்கிக்கொண்டேன். இவற்றிலிருந்து நான் ஆக்கியது மிகக்குறைவானவை; காரணம், என்னை நான் நகலெடுப்பதில்லை. எதிர்பார்ப்புகள் என்று என்னிடம் எதுவும் இருந்ததில்லை. எதிர்பார்த்தல், சாதித்தல் என்பவை அரசியல்வாதிகளுக்கானச் சொல்லாடல்; இவை கலை இலக்கியவாதிகளுக்கானவை இல்லை. தொடக்கத்தில் மூத்த எழுத்தாளர் பலர் என்னிடம் வாழ்ந்து பெற்ற அனுபவமும் மண் வாசனையும் இல்லை என்றனர். நான் வாழ்ந்து பெற்ற அனுபவத்தை எழுதினால் பண்பாட்டுப் பாதுகாவலர்களால் கொல்லப்படுவேன் என்பதை அறிந்தே சொன்னார்கள். மேலும், மண்வாசனை என்பது இங்கு வர்ண வாசனைதானே.

சபரிநாதன் : நவீனக்கவிதை தனிமனித சுயம் சார்ந்த மையம் கொண்டே பெரும்பாலும் இயங்கி வந்துள்ள போது தமிழ், தமிழர் என ஒரு கூட்டுமையம் உங்கள் கவிதைகளில் உள்ளது. 'நான்', 'என்' இருப்பது போலவே 'நாம்' 'எம்' போன்ற தன்னிலைகளும் உள்ளன. தனியொருவனின் வாழ்வனுபவம் என்பதைத் தாண்டி ஒரு கூட்டுவாழ்வே உங்களுக்கு முக்கியத்துவ முடையதாய்ப் படுகிறது எனலாமா?

ஆம், புவிக்கோளகையில் எந்தவோர் உயிரினமும் தனித்திருப்பதில்லை. தனித்திருப்பதற்கு இனப்பெருக்கம் எதற்கு? குடும்பம், குமுகம், உலகம் என்ற கூட்டமைப்பில் நான் என்பதற்கான இடம் பிறப்பிலும் இறப்பிலும் மட்டுமே ஓர் உடம்பில் பொருள்படுகிறது. எனது வயது என்பது குறைந்த அளவில் ஐயாயிரம் ஆண்டுகள் என்று அறுதியிடப்படுகிறது. இந்த மனிதவுலகின் வரலாறே எனது சொந்த உடம்பின் வரலாறாக இருக்கும்போது, இறப்பற்ற எனது மரபணுக்களின் மூலம் மரணமற்ற பெருவாழ்வில் நான் கட்டமைந்திருக்கிறேன். சுயம் என்ற இயங்கியல் மறுத்த அபௌதிகத்துக்குள் சுருக்கிக்கொள்ளும்போது பரிணாமமற்ற கவிதையியலைக் கண்டடைகிறோம். எழுத்து, சொல், பொருள். எழுத்து பலவாகும்போது சொல்லாகிறது, ஒவ்வொரு சொல்லும் பொருளுடையது என்னும்போது, சொற்களின் பெருக்கம் கவிதையாகிறது. ஒரு கவிதை இறப்பற்ற பனுவலாகிப் பெருகுவதற்கு ஓயாத பொருள்கூறலுக்கு வழிவைத்திருத்தல் வேண்டும். கவிதை என்பது கூட்டுப் பிரக்ஞையின் விளைவு; அது தனி ஒரு நசிவில் உருவாவதில்லை. சிறகிலிருந்து பிரிந்த இறகு காற்றின் தீராத பக்கங்களில் தன்னை உதிர்த்த பறவையின் வாழ்வோடு சேர்த்து

தன்னையும் எழுதிச்செல்வதே பொருள் இயங்கியல். இப்படிமத்தை மொழியிலிருந்து ஒலி ஊடகத்திற்கு மாற்றி சிம்ஃபோனி இசைக் கோர்வையில் கட்டமைத்தால், பியானோவின் ஒலிக்கட்டைகள் மீது நடக்கும் புறாவைக் காணலாம். சொற்களின் பேரியக்கமே கவிதை முதலான மொழிக்கலை வடிவங்களை கட்டமைக்கிறது. காலந்தோறும் மாறி நின்று பொருளுரைப்பதே கவிதையின் இயங்கியல். விதைக்குள் காடு என்பதே உயிரியங்கியல். நான் என்பது ஒருமை எனச் சொல்வது மொழி இலக்கணம்; நான் என்பது ஒருமை இல்லை அது பன்மை எனச் சொல்வது சமூக இயங்கியல். வாழ்க்கை என்பது சமூகத்தால் கட்டமைக்கப்படும் தனிமனித இயங்கியல். இதுவரையான இந்தப் பூமியின் மொத்தக் காலமும் மனித மூளைக்குள் சேகரமாகி இயங்கிக்கொண்டிருக்கிறது; அது தனியுடம்பின் மண்டைக்குள் இருந்தாலும் உலகச் சமூகங்களின் தொகுக்கப்பட்ட அறிவுக் களஞ்சியமாக இருக்கிறது. மூளையால் உருவான எல்லாம் சமூக இயங்கியலின் கூட்டு விளைவே.

முருகபூபதி : நாடக நிலத்தில் நடிகனின் மன உடலும், அதற்கு வெளியே இயங்கும் பொது உடலும் ஒன்றையொன்று சந்தித்துகொள்ளும் இடத்தில் நிகழ்வதென்ன? இன்றைய நடிகனுள் சூல் கொள்ளும் நடிப்புக்கலையின் பாதைகள் எங்கெல்லாம் அலையுறுகின்றன, எங்கிருந்து எடுத்துக்கொள்ள முடியும்?

நாடக நிலத்தில் நடிகரின் உடம்பு ஒரு பிரதியாகிறது; அது குறியீடுகளாகவும் உருவகங்களாகவும் பொருள்கொள்ளப்படுகிறது. நடிகரின் உடம்பானது மேடையில் குவிந்திருக்கும் அரங்கப் பொருட்களில் உயிருள்ள ஒரு பொருள். ஒரு நடிகர் தன்னளவில் தன்னுடம்பிலிருந்து வெளியேறி நின்று அதன் அங்கங்களைத் தனித்தனியாகப் பிரித்துப்போட்டு வெவ்வேறு வடிவங்களில் கோர்த்து அதன் இயல் ஒருமையைக் குலைக்கிறார். மேடைக்கு வெளியே ஒற்றை பொருள்கோளால் நிலைநிறுத்தப்பட்ட உடம்பு, மேடையில் தன்னை வெவ்வேறாக பொருள்கொள்ள அனுமதிக்கிறது. நிகழ்த்துப் பிரதிக்கேற்ப ஓர் உடம்பு ஒரு கலைப்பொருளாகிறது. நிகழ்கலை மேடையில் கலைப்பொருளாகும் உடம்பு, போர்க்களத்தில் ஒரு கொலைக்கருவியாகிறது. ஒரு சமூக உடம்பு தனக்கு விதிக்கப்பட்ட கடமைகளிலிருந்து வெளியேறி தன்னை வேறாக பொருள்படுத்துவது நிகழ்த்துக்கலைகளில் மட்டுமே சாத்தியப்படுகிறது. நடிக்கும் உடம்பு சமூக அதிகாரத்துடன் கண்ணாமூச்சி விளையாடுகிறது. இயல்பில் ஒவ்வோர் உடம்பும்

ஒரு புனைப்பனுவல். ஒவ்வொருவர் வாசிப்பிலும் வெவ்வேறாகப் பல்கிப்பெருகும் பனுவலுக்கு முற்றான ஒற்றை வாசிப்பு வரலாற்றில் ஒருபோதும் சாத்தியமில்லை. சமூக அதிகாரம் உடம்பின் வாசிப்பை நேர்ப்படுத்தி வகைப்படுத்தி தனது அறிதலின் எல்லைக்குள் அடக்கிக் கட்டுப்படுத்தி வைத்திருக்கிறது. எனவே, நாடகமேடையில் இயங்கும் ஒரு பனுவல் ஒற்றைப் பொருள்கோளிலிருந்து நழுவி தனக்கானப் பன்மைத்துவத்தை ஆர்ப்பாட்டத்தோடு கத்திக் கதறி தெரிவிக்கிறது. யாரொருவராலும் எந்தவோர் உடம்பையும் அறுதியிட்டு வாசித்துப் பொருள்கொள்ள முடியாது. தனியுடம்பின் விடுதலையே ஒரு நிலப்பகுதியின் விடுதலை; நாடகமேடை என்பது விடுதலையடைந்த ஒரு நிலம். இந்திய விடுதலைப் போராட்டக்காலத்தில் அதிகாரத்தின் நேரடிக் கண்காணிப்பின் கீழ் தமிழ் நாடகவெளி ஒடுக்கப்பட்டது. முன்கூட்டியே தணிக்கைக்கு உட்படுத்தப்பட்ட நாடகப்பிரதி, மேடையில் நிகழ்த்தப்படும்போது நடிகர்களின் உடல்மொழி புதிய பரிமாணங்களைப் பல்கிப்பெருக்கி பார்வையாளர்களுக்கு அதை வேறொன்றாகப் பொருள்படுத்தியது. நிகழ்த்துக்கலைகள் பெரிதும் மொழியைச் சார்ந்து இயங்காமல் உடம்பைச் சார்ந்து இயங்குவதால்; அதிகாரத்தின் கண்காணிப்பு மொழிமேல் குவியும்போது நடிகரின் உடம்பு, பிரதியை வேறொரு தளத்திற்குக் கடத்திவிடுகிறது. ஓர் உடம்பு மொழியின் அதிகாரத்தைக்கூட ஏமாற்றி பிரதியை வேறொன்றாகப் பொருள்படுத்திவிடும் தன்னிச்சையான இயக்கம்கொண்டது. ஒரு நாடகத்தின் ஆசிரியர் பிரதி, இயக்குநர் பிரதி, நடிகர் பிரதி, இவை மூன்றும் வெவ்வேறாக இயங்கக்கூடிய சாத்தியமுள்ளவை. நாடகவெளி எதற்குள்ளும் அடைபடுவதில்லை; அதற்குள் எந்தவொன்றும் அடைபடுவதுமில்லை. ஆக்டோபஸ்களின் நடனத்தின் உட்பொருள், ஐம்புலன்களின் ஐம்புலங்களின் விடுதலை.

சூர்யதேவ் : ஆங்கில இலக்கியத்தில் மில்ட்டனின் இழந்த சுவர்கத்தில் கடவுளின் கையைவிட சாத்தானின் கை ஓங்கியுள்ளதாக விமர்சனம் ஒன்று உண்டு. தாங்களோ பைசாசத்தை தேடி வரித்துக்கொண்டீர்கள். நன்மை என்று பேசுவதே தன்னை ஏமாற்றிக்கொள்ளும் தந்திரம் என்று உணர்ந்தீர்கள். மேலும்பைசாசத்தைதங்களின்படைப்பூக்கஉத்தியாகவும்பயன்படுத்தினீர்கள். பைசாசத்தின் மீதுள்ள ஈர்ப்பே இனிவரும் தலைமுறையினருக்கும் உங்கள் படைப்பை நிலைத்திருக்கச் செய்யும் என்று நம்புகிறீர்களா?

“நடுநிசி மதியம்” என்ற கவிதையே உங்கள் கேள்விக்கான பதிலாக அமையலாம். தாய்மை திரிந்த பேய்மையின் கவிதையியலை

நாட்டார் மரபு, காப்பிய மரபு, பக்தி மரபில் தொடர்ந்து வருவதைத் தடங்காணலாம். நாட்டார் கதைவெளியில் நடமாடும் நீலியின் நீட்சியைக் கண்ணகியிடம் காணலாம். வளர்த்தெடுக்கப்பட்ட கண்ணகியின் கதையாடலைப் புனிதவதியிடம் காணலாம். நல்லத்தங்கால் கதை ஒவ்வொரு நூற்றாண்டிலும் ஏதேனுமொரு தமிழ்க் குடும்பத்தில் நிகழ்ந்துவிடுகிறது. பேய் என்பது தமிழ் நிலத்தில் பெண்ணாலான மனப்பிறழ்வின் இருப்பு. எனது கவிதைகள், கதைகள், நாவல்களில் பேய்களின் நடமாட்டத்தைக் காணலாம்.

பெண்பேய் வாழும் தொல்தமிழ்க் கதைக்குள்
பேயைப் புணரும் இச்சையில் அலைந்து
பைத்தியம் பிடித்துத் தற்கொலை செய்த
எளிய கவிஞனைப் பற்றிய நினைவுகள்
வாழும் இன்றைய தலைமுறைக் கில்லை.
பனுவல் வெளியே பேய்கள் இல்லை
புணர்ச்சியும் இல்லை கொலையு மில்லை
நீலி திரியும் ஆலங் காட்டில்
பேயைப் புணர்ந்த முக்கண் சடையன்
ஆட்டம் பார்த்தால் பித்தம் தெளியும்
போய்வா கவியே பேயின் யோனி
பௌர்ணமி இரவில் வான்தலை சுடரும்.
ஆலங் காட்டில் நடுநிசி மதியம்
எலும்பும் தோலும் பேன்தலை விரிசடை
சடலம் எரியும் வாடை குமைந்திட
காரை பேய்மகள் எதிரில் வந்தாள்
தாய்மை பிசகிய பேய்மையின் தரிசனம்
புழுக்கள் நெளியும் சொற்களின் கவித்துவம்
மாயம் செய்யும் மந்திரம் மொழிந்தாள்
தலைகள் சுழற்றி விழுதுகள் விசிறி
ஆடும் ஆலம் ஓசை அடங்கிட
காட்டின் அமைதி இரவின் விளிம்பில்
ஒற்றை விழுதைக் கழுத்தில் சுற்றிய

கவிஞனின் சடலம் அந்தர நடனம்
கலைத்துவம் செறிந்த தற்கொலை மரணம்
காரை காற்பேய் கவிஞனைக் கொன்றது.
செம்மொழிப் பனுவலில் ஆண்பேய் வாழ்ந்திட
அனுமதி இல்லை; பெண்பேய் ஃபாசிசம்
புதுவைக் கவிஞன் செத்தும் தரிக்க
இடமற் றலைந்தான் பனுவல் வெளியே
பேயுடன் வாழ்பவன் கவிதை செய்வான்
பேயைப் புணர்ந்தவன் கடவுள் ஆவான்
செம்மொழி, கவிஞன், கடவுள், பெண்பேய்
சொற்களைத் தின்று தற்கொலை பட்டேன்.

(நடுநிசி மதியம் / புது எழுத்து / 2019.)

பைசாசம், பேய்மை யாவும் எதிர்ச்சமூகச் சொல்லாடலில் கட்டமைவது. பொதுவாக, சமூகத்திலிருந்து விலகிய தன்னிலையே பைத்தியம், பைசாசம் போன்ற மனப்பிறழ்வின் நாடகங்களை நிகழ்த்துகிறது. எனது இலக்கியம் யாவும் எதிர்ச்சமூகச் சொல்லாடல்களால் கட்டமைவது. பொதுச்சமூகம் தனது உள்ளடக்கமாக தாய்மையின் அரசியலைக் கொண்டியங்கும்போது; எதிர்ச்சமூகனான நான் பேய்மையின் அரசியலைக் கொண்டியங்குகிறேன். உலகப் பெருமதங்கள் பெண் அறிவாளிகளைப் பேயாக்கிவிடும்; புனிதவதியாரைப் போல. தமிழ் இலக்கியத்தில் பேய்க் கதையாடல்களைத் தொகுத்துப் பார்த்தால் இது துலங்கும். பேய்களாலானவன் பேய்களால் நினைவுகூறப்பட்டால் மகிழ்ச்சிதான். பேயைப் புணராத கவிஞன் முழுமையடைவதில்லை.

தாய்வழிச் சமூகம், தந்தைவழிச் சமூகமாகத் திரியும்போது கூட்டுச் சமூக மனத்தின் தாய்மையின் அரசியல் திரிந்து பேய்மையின் அரசியல் கட்டமைந்தது. சமூக உற்பத்தி உறவுகளில் தாய்மையின் அரசியலும் சமூக அதிகாரக் கட்டமைப்பில் போரியல்சார் பேய்மையின் அரசியலுமாக இனம் பிரிந்தன. தாய்மை, பேய்மை என்பவை ஆண் – பெண் என்ற பால்நிலை எதிரிடை இல்லை. ஆண் நிலை, பெண் நிலை என்ற தனித்த பால் நிலை அரசியல் திரிந்த ஆபெண் கவிதையியலை முன்னெடுப்பதாக எனது பனுவல்கள் கட்டமைகின்றன.

லக்ஷ்மி சரவணகுமார் : உங்கள் கதைகளில் மனநலம் பாதித்தோரின் அக உலகம் பற்றிய பாதிப்புகளை நிறைய காணமுடிகிறது. ஒரு கதையில் பொம்மையை வைத்து எல்லோரிடமும் பிள்ளைக்குப் பால் கொடுக்க வேண்டுமென பிச்சையெடுக்கும் மனநலம் பாதிக்கப்பட்ட பெண் ஒருநாள் நிஜமான குழந்தையுடன் அவ்வாறு பிச்சையெடுப்பாள். அந்தக் கதையில் அவள் மீதான கரிசனமே மிகுதியாய் வெளிப்பட்டிருக்கும். அதேபோல் சமீபத்திய நாவல்களிலும் மனப்பிறழ்வின் பதிவுகளை அனேகமாய் காணமுடிகிறது. மனப்பிறழ்வைக் குறித்தும் மனப்பிறழ்வு கொண்டவர்களைக் குறித்துமான உங்களது பார்வையென்ன? படைப்பாளிகளிடம் இருக்கும் எக்ஸன்றிக் தன்மைகளையும் நாம் பிறழ்வின் கூறுகளாய் எடுத்துக் கொள்ளலாமா?

மனநோயர் காப்பகத்தில் பின்காலனிய நாட்டின் கவிஞனிடம் கேட்கவேண்டிய கேள்விதான் இது. பொம்மை - குழந்தை என்ற சிறுகதையை முன்வைத்துத் தொடங்கும் இக்கேள்வி என்னுடைய அனைத்துவகை புனைவெழுத்துகளிலும் மனம் பிறழ்ந்த மனிதர்களின் இருப்புப் பற்றி தொட்டுக்காட்டுகிறது. ஆம், பொம்மை – குழந்தை கதையில் இடம்பெறும் இயல்புப் பிழன்ற மனிதர் அனைவரையும் தொட்டுப் பழகி நழுவியிருக்கிறேன். என் வாழ்க்கையில் ஒவ்வொரு கட்டத்திலும் யாரேனுமொரு மனம் பிழன்றவரிடம் சிக்கிச் சின்னாபின்னமாகியிருக்கிறேன். கடவுள் என்ற உருவகமே மனிதமனத்தின் சிக்கலானப் பிறழ்வின் உச்சம்; அதிலிருந்து ஒருக்காலத்திலும் மனித இனம் தெளிவடையமுடியாது. எந்தவொரு மதத்திலும் எந்தவொரு நாட்டிலும் கடவுளை வழிபடும் தலம் என்பது மனநல மருத்துவமனையாகவே விளங்குகிறது. மனப்பிறழ்வு ஒவ்வொருவருக்குமுண்டு; அதன் விழுக்காடு மட்டுமே ஆளாளுக்கு வேறுபடும். போர்க்களத்தில் ஒருவரையொருவர் கொல்ல ஆயுதமுனையில் உறையும் இருவேறு தன்னிலைகளின் மனம் ஒரே புள்ளியில் திகைத்து நிற்கும் கணமே சூன்யம்; சூன்ய மனத்தின் விளைவே கொலையும் தற்கொலையும். மனிதயினத்தில் கடைசியாய் மீந்து நிற்கும் இருவரில் ஒருவர் மற்றவரைக் கொன்ற பிறகு தற்கொலை செய்துகொள்வார். உடம்பு மட்டுமே ஒருவருக்குச் சொந்தம்; அதில் வினையாற்றும் உள்ளம் என்பது சமூகக் கூட்டு வடிவம்; இரண்டாம் உலகப்போரைத் தொடங்கி முடிவுக்குக் கொண்டுவந்த அரசியல் மனமும் இயற்பியல் மனமும் கொலையின் இறையியல் தன்மைகொண்டவை. இறையியலே மனப்பிறழ்வின் உச்ச பாவனை. உயிரியல் உலகில் மனிதவிலங்கு இறுதியில் தன்னைத்தானே அழித்துக்கொள்ளும்.

அணு ஆயுதம் என்பது மனநோயின் ஆகப்பெரிய எதார்த்தம். சக படைப்பாளர்களைப் பற்றி எனக்கு ஒன்றும் தெரியாது; நான் கொலையையும் தற்கொலையையும் தள்ளிப்போடவே கவிதைகளையும் கதைகளையும் எழுதுகிறேன். அற இலக்கியம், நீதி இலக்கியம் என்பவை; குறிப்பாக தமிழின் மூத்தப் பனுவலான திருக்குறளின் ஆகப்பெரிய சமூகப்பணி, கொலையையும் தற்கொலையையும் தள்ளிப்போடுவதே. கண்ணகிக்கு நேரெதிரிடை மணிமேகலை; பேய்மையின் அரசியலைத் தாய்மையின் அரசியல் எதிர்கொள்ளும் புள்ளி. பைத்திய உள்ளம் வெற்றில் ஒடுங்கும். வெறுமையின் கவிதையியலை எழுதிப்பார்க்கிறேன்.

லக்ஷ்மி சரவணகுமார் : உங்கள் புனைவுலகின் தொன்மமானது புதுச்சேரியை அதன் மனிதர்களை மீண்டும் மீண்டும் சுற்றி வருகிறது. நிலத்தின் மீதான இந்த தொன்ம மீட்டுருவாக்கத்தை நீங்கள் திட்டமிட்டே உருவாக்குகிறீர்களா?

வர்ண, வர்க்கப் படிநிலையாலமைந்த எந்தவொரு இந்திய நிலப்பகுதியும், அதில் வாழும் ஒவ்வொருவருக்கும் ஒவ்வொரு வகையில் காட்சியாகும். அதுபோலவே புதுச்சேரியும் ஒவ்வொருவருக்கும் வெவ்வேறு வகையில் புலப்படும். எனக்குப் புதுச்சேரி என்பது கொடுங்கனவுகளாலான நகரம்; இங்கு கடலும் அதுசார்ந்த நிலமும் இடுகாடுகளும் சுடுகாடுகளும் தவிர, சிறுவயதிலிருந்த காடும் கழனியுமே நான் பயமற்று இளைப்பாறும் இடங்களாகும். நூலகத்தலங்கள், வழிபாட்டுத்தலங்கள், சாராயக்கடைகள் யாவும் விலங்குகளைக் கொன்று இரைச்சிப் பதனிடும் கூடங்களாகவே என்னுள் மனப்பதிவாகியுள்ளன. இன்று இந்நிலத்திலிருந்து சொந்தம்கொண்டாட மனிதர் ஒருவருமில்லை. என்னை நானே நினைவில் நிறுத்திய காலம் முதலாகக் கிழக்குக் கடல் மட்டுமே என்னுடன் இருக்கிறது; பிறந்த ஈரம் இன்னும் காயாத அம்மாவின் பனிக்குட நிணநீர் நெடிபோல இறுதிவரை உடனிருப்பது. புதுச்சேரியிலிருந்து நான் பெற்றுக்கொண்டது எதுவுமில்லை. எனது கவிதைகளிலும் கதைகளிலும் ஒரு பெயர்ச்சொல்லாக இடம்பெறுவதால் இந்த நிலத்திற்கு ஓர் அடையாளமும் மரியாதையும் கிடைக்கிறதே தவிர; இதனால் எனக்கு எதுவும் இன்றுவரை கிடைத்ததில்லை. சுப்ரமணிய பாரதி என்ற கவி இங்கு பத்தாண்டுகள் தலைமறைவாக வாழ்ந்தார், பெரும் படைப்புகளை யாத்தார் என்பதைத் தவிர, பெருமிதம்கொள்ள எனக்கு இங்கு எதுவுமில்லை. முன்னோடிகளான பாரதிதாசனையும் பிரபஞ்சனையும் என்னால் கொண்டாடமுடியவில்லை; அவர்கள்

எனக்கானவர் அல்லர். எனது எழுத்துகளில் வரும் இந்நகரம் ஒரு பாசாங்கு. Pondichéry: trilogy of French India என்ற நாவல்களின் முத்தொகையைப் படித்தால் இது விளங்கும்; இந்தக் கேள்விக்கான பதிலும் கிடைக்கும். பொந்திஷேரி தனி நாடாக இருந்திருந்தால் நான் வேறாக இருந்திருப்பேன்; நான் பிறப்பதற்கு முன்பே இந்திய அரசியல்வாதிகள் என்னைக் கொன்றுவிட்டனர். எனது புனைவுகளில் வெளிப்படும் தவிப்பும் ஏக்கமும் இம்மண்ணின் மைந்தர்களின் ஆழ்மன வெளிப்பாடு. பிரேதன் ஓர் உயிருள்ள பிணம். பொந்திஷேரிக்கானத் தொன்மத்தை நான் மீட்டுருவாக்கவில்லை; முதன்முதலாக, புதிதாக உருவாக்கியிருக்கிறேன்; Oui, Pondichéry, c'est mon Macondo.

முருகபூபதி : நாடகக் கலைவெளிக்குள் உடல், உணர்வு, பிரதி, வெளி, சமகாலம் இவற்றிற்கான தொடர்பாடல் பற்றி பேசமுடியுமா?

இசையைத் தவிர ஓவியம், சிற்பம், நடனம், நாடகம், திரைப்படம் என்பன யாவும் காட்சிக் கலைகள்தாம். இலக்கியம் என்பது மொழிக்கலை. இசை, நாடகம், இயல் என்று இம்மூன்றையும் இடம்மாற்றி வரிசைப்படுத்திக் கொள்ளலாம். இவற்றில் குருதியும் சதையுமாக உடம்பைப் பார்வையாளர் தொட்டுணரும் கலை வடிவமாக நாடகமே உயிர்க்கலைச் செயலாக இருக்கிறது. திரைக்கலை ஒளியாலும் இசைக்கலை ஒலியாலும் மொழிக்கலை எழுத்தாலும் நிலைப்பெறும்போது, நாடகம் மட்டுமே உடம்பைப் பொருண்மையாய்ப் பொருள்படுத்துகிறது. இசையைப் போல மெய்க்கலையும் மொழியைத் தவிர்த்து இயங்கவல்லது. தனியொரு உடம்பும் உணர்வும் பிரிந்த இரு நிலைகளில் மனிதரால் இயங்கவியலாததைப்போல உடம்பும் வெளியும் தனித்தனியாகப் பிரிந்த நிலையில் நாடக இயங்கியல் சாத்தியப்படாது. உடம்பு வளர்த்தேன் உயிர் வளர்த்தேன் என்பது போல உடம்பு வளர்த்தேன் இயல்வெளி நிறைத்தேன் என்பதே நாடக இயங்கியற் பொருண்மை. இரும்பைத் தங்கமாக மாற்றுவதைப் போல உடம்பெனும் உயிர்ப்பொருளைக் கலைப்பொருளாக மாற்றும் ரசவாதமே நாடகம். இயல், இசை வளர்ந்த அளவிற்கு எல்லாம் இருந்தும் நாடகம் வளரவில்லை. உடம்பை நான்கு வர்ணங்களாகவும் நான்காம் வர்ணவுடம்பைச் சாதிகளாகவும் பிரித்துவைத்த சமூக அரசியலே இக்கலை வளராமல்போனதன் காரணி எனலாம். இயலும் இசையும் தனியொருவரால் உருப்பெறக்கூடியது; ஆனால், உடம்புகளாலான நிகழ்த்துக்கலையானது உடம்புகளாலான கூட்டுக் கலவையாலானது.

வர்ணக்கலப்பு உண்டாகும்போது அதைத் தடுத்து நிறுத்தித் தூய்மைப் பேண பரம்பொருள் இம்மண்ணில் தோன்றும். வர்ணப் பாகுபாடும் பால் பாகுபாடும் உச்சத்திலுள்ள இந்தியத் தமிழ்ச் சமூகத்தில், இருபதாம் நூற்றாண்டுவரை இயல் இசை நாடகக் கலைஞர்கள் யாவரும் பொதுச் சமூக விலக்கத்திற்கும் ஒடுக்குமுறைக்கும் ஆளானவர்களாகவே இருந்தனர். திரைப்படம் நடிப்புக் கலைத் தொழிலாளர்களை பொருளாதார முடக்கத்திலிருந்தும் அடைப்பட்ட வர்ண இறுக்கத்திலிருந்தும் சற்றே இளைப்பாற கதவுகளைத் திறந்தது. ஆம், புதியப் புதிய அகிலம்சார் தொழில்நுட்ப வளர்ச்சியே சமூக விடுதலையையும் அதன் வழி கலை விடுதலையையும் சாத்தியமாக்கும். பார்ப்பனியத்தை அடிவேர் அறுக்கும் தலித் – சூத்திரப் பண்பாட்டுப் புரட்சியே பால், வர்க்கம் கடந்த கலை மலர்ச்சியைத் தமிழகத் தீபகற்பத்தில் உண்டாக்கும்; அதற்கு இயல் இசையைவிட நிகழ்த்துக்கலைகள் மேலதிக வலு சேர்க்கும்.

சபரிநாதன் : உங்கள் கவிதைப் பரப்பில் உடல் என்பது முக்கியமான ஒன்றாக தொடர்ந்து வருகிறது. ஆன்மீகத்திற்கான, விடுதலைக்கான வழியாகவும்; அதேபோது மறைமுகமான வெறுப்பிற்கு ஆளாவதாகவும் தொனிக்கிறது. கவிதைத்தளத்தில் உடல் என்பதை என்னவாக எல்லாம் பாவிக்கிறீர்கள்? மேலும் நுகர்விய சந்தைப் பொருளாதாரம் கூட உடலையே மூலதனமாகவும் வழிபடு பொருளாகவும் ஆக்கியிருக்கிறதே?

தமிழறிவுத் தொகைமை என்பது உடம்பு வளர்த்து உயிர் வளர்ப்பதை முதன்மையாகக்கொண்ட இயங்கியல் பொருள் முதல் தன்மையது. சமூக அரசியல் தளத்திலும் இனம், சாதி, நிறம் இவை உடம்பை முன்வைத்தே அறுதியிடப்படுகிறது. கலை இலக்கிய அழகியல், அதிகாரப் போரியல் யாவும் உடம்பின் கட்டமைப்பை வைத்தே முதன்மைப் பெறுகிறது. உடம்பின் அறிவியலே மருத்துவமாகி வளர்ந்து மரணத்தைத் தள்ளிப்போடுகிறது. கடவுளென்ற எதிர் அறிவைக் கைவிடாத இறுதி மனிதர் உள்ளவரை உலக அறிவியல் துறை முழுமையடையாது. தனியொரு உடம்பின் போதாமையை உணரும் தன்னிலைக்குக் கடவுள் என்னும் கற்பிதம் தேவையாயிருக்கிறது. ஆம், உடம்பை முன்வைத்தே மனித அறிவு அமீபாவிலிருந்து அணுப்பிளவுவரை வளர்ந்து புவிக்கோளைவிடுத்து பரிதி மண்டலம் தாண்டி வளர்கிறது. இது இப்படியிருக்க, மொழிக்கலையான கவிதை, உடம்பைத் தவிர்த்து கடவுளை மட்டும் தழுவி நிற்கமுடியுமா? எளிமையாகச் சொன்னால் உடம்பைப்

பேணுவதே அறிவியல், உடம்பைப் பேணுவதே அரசியல், உடம்பைப் பேணுவதே அழகியல்; இந்த மூன்றின் அளவுக்கு மீறிய அழுத்தங்களிலிருந்து உடம்பை விடுவிப்பதே ஆன்மீக விடுதலையியல்; இதில், மதத்திற்கும் அதன் நடுப்புள்ளியான கடவுளுக்கும் ஒட்டுமில்லை உறவுமில்லை. ஃபாசிசம் படியாத உள்ளம் எந்தவொரு உடம்பையும் வெறுக்காது, ஒடுக்காது. உலக உயிரினங்களில் தன்னைத்தானே அழித்துக்கொள்ளும் உயிரினம் மனிதரைத் தவிர வேறில்லை. அண்டவெளியில் உடுக்கலை உற்று நோக்குவதைப்போல் சக மனிதரை நான் உட்குடைந்து போகிறேன். காதலும் கலவியுமே எனது கவிதையியல். சக உடம்பைக் கொண்டாடத் தெரியாத மனிதரால் உடலுறவில் சிறக்கமுடியாது. குங்கிலியம் சுமக்கும் கழுதையாக ஒவ்வொரு மனிதவுடம்பையும் நுகர்வுப் பண்பாட்டுச் சந்தைப் பொருளாதாரம் ஆக்கிவைத்திருக்கிறது. நுகர்வுப் பண்பாடு கட்டமைக்கும் உடம்பின் கண்ணாடிப் பிம்பமாக போர்க் கருவிகளால் பூட்டப்பட்ட உடம்பு நிற்கிறது. நான் சக மனிதருக்கு எனது எழுத்துக்களால் அவரது உடம்பைப் புனைவுகள் படியாத உயிர்ப்பொருளாய் மீட்டுத்தர எத்தனிக்கிறேன். என் கவிதையால் உன்னைக் கொல்லமுடியாது என்பதே அதன் ஆன்மீகப்பண்பு. இறைமைசெய் யோனியும் லிங்கமும் புணர்ந்தப் படிமத்தை வழிபடும் ஆறறிவு விலங்கினம் ஊரும் சேரியுமாகப் பிரிந்தியங்குவது எங்கனம்? இந்தத் துணைக்கண்டம் மனநலமற்றோரின் மருத்துவமனை.

சூர்யதேவ் : ஆண் / பெண் என்ற இரட்டை எதிர்நிலைகளால் கட்டமைக்கப்பட்டுள்ள இந்த உலகத்தில் மையமற்ற பாலியலை முன்னிறுத்தும் உடல் அரசியல் பற்றி?

விலங்குகளை ஆண்பால், பெண்பால் என இரண்டாக உயிரியல் பகுத்துக்கொண்டுள்ளது. இயற்கை வகுத்த இனப்பெருக்கத் தொழில்நுட்ப இலக்கண வரையறையே இப்பகுப்பிற்கு அடிப்படை. இது உயிரியங்கியலின் அடிப்படை பண்பு; இனப்பெருக்கம் மட்டுமே இதன் விளைவு. பாலியல், பாலுறவு என்பன சமூகப் பண்பாட்டின் உடன் விளைவு; இது வெவ்வேறு நிலவியல், இனவியல் சார்ந்து வேறுபடும்; ஏன், தனியொரு உடம்பு சார்ந்தும் உள்ளம் சார்ந்தும் வேறுபடும். எனவே, பால் செயல்பாடுகளுக்கு பொது இலக்கண விதிமுறைகள் மற்றும் தொழில்நுட்பக் கையேட்டை உருவாக்கமுடியாது. இடம்பெயரும் நாடோடி விலங்குக் கூட்டம் தம் மொழியை முதன்மையாய்க்கொண்டு ஒரு

நிலைச் சமூகமாகக் கட்டமையும்போது அதன் முதல் அதிகார மையமாகக் கடவுளை முன்னிறுத்திய பூசனைச் சடங்கியல் கட்டமைகிறது. இதன் பெரிதுபடுத்தப்பட்ட வடிவமே மதம். உடலுறவே மனிதவுடம்பின் முதல் உழைப்பு; அதன் விளைவே இன விளைச்சல். உழவு என்பது இரண்டாம் உழைப்பாகிச் சமூக அடித்தளமாகிறது. கடவுளைக் கைப்பற்றிய ஒரு குழு அதிகார மையமாகி, சமூகத்தில் தனித்த ஓர் அங்கமாகிச் செயல்வடிவம் பெறுகிறது. இங்கு அரசின் தோற்றம் நிகழ்கிறது. பிறகு, அது கடவுளைக் கைவிட்டு உழைப்பைத் தன் கட்டுப்பாட்டுக்குள் கொண்டுவருகிறது. அதன் தொடர்ச்சியாக, சமூக உற்பத்தியுறவின் மூல உழைப்பான இனப்பெருக்கத்தை தனது கட்டுக்குள் கொண்டுவந்து, பால் செயலை மேலதிகக் கண்காணிப்புக்கு உட்படுத்தியுள்ளது. அலைகுடி, உழுகுடி என வளர்ந்து இன்றைய பின் நவீனக்குடி மரபிலும், அதிகாரம் பால் செயலைக் கட்டுப்படுத்துகிறது. ஆண் – பெண் எதிர் இணையை மையப்படுத்திய குடும்பம் என்ற நுண்ணமைப்பு தனக்குள் மதம், அரசு என்னும் இரண்டு அதிகார அமைப்புகளைக் கொண்டுள்ளது. அணுவுக்குள் எலெக்ட்ரான், நியூட்ரான் போல குடும்ப நுண்மையுள் ஆண் – பெண் எதிர் பால் இணை இயங்குவிசைகள் செயல்படுகிறன்றன. ஆக, உடம்பின் பாலிலக்கண விதிகளை மாற்றியமைக்குபோது குடும்பம் என்னும் நுண்ணதிகாரக் கட்டமைப்பு குலையும். நான் அறியாமலேயே எனது உடம்பு சமூக அதிகாரத்திற்கான இயங்கு விசையை உற்பத்திசெய்கிறது. எனவே, என்னுடம்பை அதிகாரத்திற்கு எதிரான ஆயுதமாக முன்னிறுத்த பாலடையாளம் மறுத்த உடம்பாக வளர்த்தெடுக்கிறேன். இதுவே எனது உடலரசியல் அல்லது பாலரசியல் பற்றிய வரைவு. இதில் திருவள்ளுவர் என்னுடன் மாறுபடலாம்; குடும்ப விளக்கை ஏற்றும் பாரதிதாசன் என்னை விரட்டி விரட்டி உதைக்கலாம்; ஆனால், கண்ணகி, மாதவி, மணிமேகலை வழிவந்த மூதாய்கள் என்னைக் காப்பர். நண்பா, என்னை நீ மறுக்கும்போது என் அதிகார ஒழுங்கமைவைக் குலைக்கிறாய்.

லக்ஷ்மி சரவணகுமார் : இந்தியக் கலைமரபில் காமத்திற்கு மிக நீண்ட வரலாறும் உறவும் உண்டு. ஓவியம், சிற்பம், இலக்கியமென எல்லாவற்றிலும் காமத்தை சுதந்திரமாக பேசியவர்கள் நாம். ஆனால் கடந்த சில நூறாண்டுகளில் அந்தப் போக்கு முற்றாக மாறி இச்சை ஒரு பாவச் செயலாக பார்க்கப்படுவதைக் குறித்து என்ன நினைக்கிறீர்கள்?

நண்பா, இந்தியக் கலைமரபு என்பதை இந்தியத் துணைக்கண்டத்தின் கலைமரபுகள் என பொருட்படுத்திக்கொள்கிறேன். இந்தப் பூமியில் எந்தவொரு சமூகமும் ஒருமையாலானது இல்லை; அது பன்மையின் ஒருங்கிணைவு. ஒற்றை அடையாளம் என்னும் வன்முறைக்குள் நாம் நமது பேச்சுவழக்கின் வழியில்கூட அடைபடக்கூடாது. ஒருமையாக்கம் என்பதன் மூலமே பேரரசுகள் உருவாகின்றன. மதத்தின் வழி, மொழியின் வழி, கலை இலக்கியப் பண்பாட்டு அசைவுகள்வழி அரசதிகாரம் உலகை ஒருமுகப்படுத்துகிறது. உடம்புக்கு உடம்பு வேறுபட்டு தனித்துவத்தோடு இயங்கும் பால் செயல்களும் ஒற்றை இலக்கண வரையறைக்குள் ஒருமுகப்படுத்தப்படுகிறது. காமசூத்திரப் பனுவலையும் கஜுராஹோ சிற்பங்களையும் கொண்டு இத்துணைக்கண்டத்தின் காமச்செயல்பாடுகளைக் கட்டற்றது எனக் கொண்டாடுகிறோம். வர்ணக்கலப்பு தடைசெய்யப்பட்ட பிரம்மனின் ஆண்குறி மையச் சமூகங்களில் விடுபட்ட பால்மனம் என்பது பிறழ்வாகவும் குற்றமாகவும் முன்நிறுத்தப்படுகிறது. காமசூத்திரம் ஓர் ஆண் மையப் பனுவல்; அதில் பெண்ணுடம்புக்கான சொல்லாடல் தவிர்க்கப்பட்டுள்ளது. அதில் பெண்ணுடம்பு ஓர் இனப்பெருக்க இயந்திரம் என்பதைத் தாண்டி வேறொன்றுமில்லை. அதிகார வர்க்கத்தால் ஆக்கிரமிக்கப்பட்ட சூத்திரப் பெண்ணுடம்புகள் யாவும் ஆண்குறிகள் சுரக்கும் விந்துக் குழைவை வெளியேற்றும் கழிப்பறைகளாகவே பயன்படுத்தப்பட்டுள்ளன. உலகச் சமூக மொழிகளில் பெண் பாலடிமை உடம்புகளைச் சுகிப்பதற்கான தொழில்நுட்பக் கையேடுகள் இது போல பல உள்ளன. பாலறம் என்பதைச் செந்தமிழ் வள்ளுவ ஆசானிடமே காண்கிறேன். பிறப்பொக்கும் எல்லா உயிர்க்கும் எனச் சொல்லும் சமூகமே பாலறம் பேணும். கருக்கலைப்பைத் தடுத்து இனப்பெருக்கத்தை ஊக்குவிக்கும் மதம் பாலிச்சையைத் தடைசெய்கிறது. பகல் புணர்ச்சி என்பது சமூக இழிவழக்கு. இரவில் இணையுடம்பு காணாது, தொட்டுத்தடவி குத்துமதிப்பாகப் புணருவதே இனப்பெருக்க முறைமை. இந்திய ஆண்களுக்குச் சுய இன்பக் கரமைதுனமே போதுமானது; பெண்களுக்கு அதுகூட இல்லை. விடுபட்ட காமம் இல்லாமல் விடுதலை இல்லை. பாலொடுக்குமுறையால் பட்டினிக்கிடக்கும் சமூகம் பொருளாதாரச் சுரண்டலுக்குத் தம்மை ஒப்புக்கொடுத்துவிடும். உறக்க நடையாளர்களைக் கொண்டு சமூகப் புரட்சியை முன்னெடுக்க முடியாது. நான்கில் மூன்று பங்கு கடலாலான திரவப்பரப்பில் மீன்கள் உறங்குவதில்லை. உலக மத அடிமைச் சமூகங்களுக்குப்

30 40 50 60 70 80
+ 5 6 & 7 8 (9) $ %
T Y U I O P
F G H J K L Ç
V B N M ? ; :

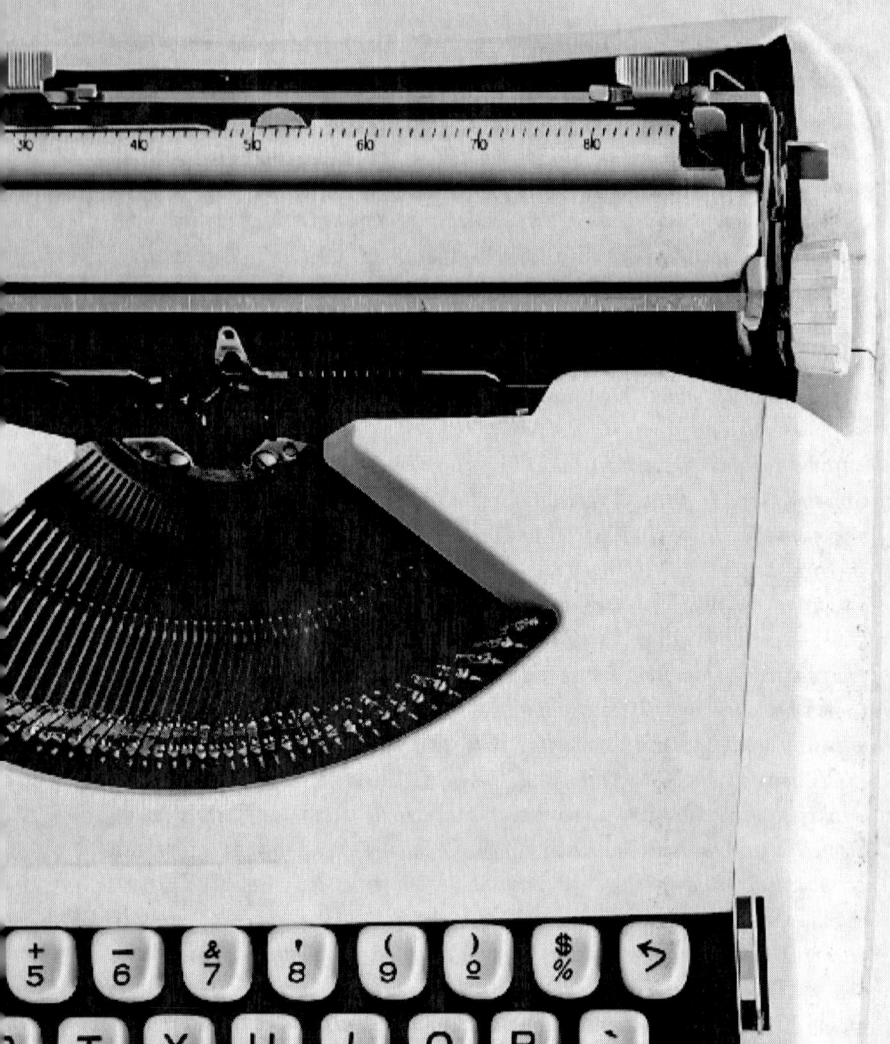

பால் கலை குறித்தத் தேடல் இல்லை. உலகப் பெண்ணடிமைச் சமூகங்களுக்குப் பாலின்பம் குறித்தத் தேடல் இல்லை. ஒரு பெண்ணுடம்பைத் தன்னுடம்புடன் தரிப்பதில் ஆணுடம்பும் ஓர் ஆணுடம்பைத் தன்னுடம்புடன் தரிப்பதில் பெண்ணுடம்பும் முழுமையடைகிறது. ஒரேயொருத்தியிடமோ ஒரேயொருவனிடமோ முழுமையாகத் தன்னை ஒப்புக்கொடுப்பதிலேயே பால் மேலாதிக்கம் அற்றுப்போகும். தனியோர் உள்ளம் ஆன்மீக உச்சத்தை அடைய வழித்துணையாகக் கடவுள் தேவையில்லை; எதிர்ப் பாலுடம்போ இணைப் பாலுடம்போ போதும். காமத்தில் தன்னிறைவு அடையாத சமூகம் விட்டு விடுதலையாகி நிற்பதில்லை. ஆதலினால் காதல் செய்வீர் உலகத்தீரே...

சூர்யதேவ் : தன்பால் புணர்ச்சி போன்ற மாற்றுவகை பாலியல் தேர்வுக்கான சுதந்திரம் என்பது இயற்கைக்கு மாறானது என்ற பார்வை பொதுப்புத்தியில் நிறைந்திருப்பதைப் பார்க்கமுடிகிறது. தங்கள் எழுத்தில் வெளிப்படும் மாற்று காமத்திற்கான அறவியல் பற்றி விளக்கமுடியுமா?

அன்பு, காதல், காமக் கலைச்செயல் யாவும் சமூகக் கட்டமைப்பில் உருவான செயற்கை அடித்தளங்கள். இனப்பெருக்கத்திற்கான பாலுந்துதல் மட்டுமே இயற்கையான உயிரியல் விளைவு. உடம்பின் பாலவயங்களை மூடும் ஆடையிலிருந்து ஆணுறைவரை எல்லாம் சமூகவிளைவின் செயற்கைத்தனங்கள். செயற்கையாக இனப் பெருக்கத் தடைகளைச் சமூக அரசியல் காரணிகள் உருவாக்கும்போது, இனப்பெருக்கச் சாத்தியமற்ற மாற்றுப் பாலுறவு நடைமுறைகளை ஊக்குவிப்பது எதிர்ச் சமூக உயிரியல் செயல்பாடாகாது. பாலியல் நடைமுறைகளை உற்று நோக்கும் மதம், இதைப் பிறழ்வாகவும் மீறலாகவும் கடவுளுக்கு எதிரான கலகமாகவும் சமூக / இயற்கை ஒழுங்கியல்பைக் குலைக்கும் நடவடிக்கையாகவும் பார்க்கிறது. விடுதலை என்பது சமூக இனவியல், மொழியியல், பொருளியல் சார்ந்தது மட்டுமில்லை; அது உடம்பியல், உளவியல் கட்டமைக்கும் மனித மெய்யியல் சார்ந்ததுமாகும். மெய்யே உலகியல் பொருள் முதன்மையாகும். சமூகவிடுதலையே மெய்வருத்தக் கூலியாகும் போது; உடம்பின் விடுதலையே பாலறமாகும். எனது இலக்கியப் பனுவல்களில் மிகு பாலுடம்புகளும் பால் கடந்த உடம்புகளும் பால் துறந்த உடம்புகளும் பால் நிலை மாறிய உடம்புகளும் முதன்மைப் பெறுவதே அவற்றின் இயலொழுங்காக இருக்கிறது. உடம்பில் செயற்கையான வலியையும் மரணத்தையும் விளைவிப்பதே இயற்கைக்கு மாறான அற இழுக்கு. தனியொரு

உடம்பு விழையும் பால் தேர்ந்தெடுப்பை ஒடுக்கும், கட்டுப்படுத்தும் சமூக எதேச்சதிகார இலக்கணத்தை மீறுவதே எனது பிரதியியற் கலகம். ஒற்றைப் பொருளுரைப்பு பனுவலின் விடுதலையை ஒடுக்குவதைப்போல் உடம்பின் ஒற்றைப் பொருளுரைப்பு சமூகவிடுதலையை ஒடுக்கும். மனித இனக்குழுவின் சமூகமாதல் என்பது உடம்பைக் கொண்டாடுவதாக இருத்தல் வேண்டும். பால் விடுதலையே பாலறம்; ஃபாசிசம் அண்டாத உடம்பே ஆர்கச உச்சச் சிலிர்ப்பை எளிதில் அடையும். நண்பா, இழப்பதற்கும் பெறுவதற்கும் உன் உடம்பைத் தவிர உன்னிடம் வேறில்லை. உடம்பைக் கொண்டாடாதச் சமூகம், கிடத்தப்பட்ட உடல்களாலான இடுகாடு; அங்கு விடுதலைப் பற்றிய கேள்வியில்லை.

சூர்யதேவ் : உங்கள் படைப்புகளில் வெளிப்படும் காமம் என்பது அதீத இருண்மைகளின், குற்றவுணர்ச்சிகளின் வெடிப்பாக முன்வைக்கப்படுகிறதா?

லக்ஷ்மி சரவணகுமார் : உங்கள் புனைவுலகில் வெளிப்படும் அனேக கதாபாத்திரங்களின் வழியாய் நீங்கள் வைக்கும் முக்கியமானதொரு உரையாடல் உடல்களின் வாதை. மார்கி தெ சாத், ஜார்ஜ் பத்தாய் போன்றோரின் நாவல்களில் வெளிப்படும் வாதைக்கும் கவபத்தாவின் The House of the Sleeping Beauties நாவலில் வெளிப்படும் வாதைக்கும் நிறைய வேறுபாடுண்டு. மார்கி தெ சாத்தையும் பத்தாயின் Story of the Eye யும் வாசிப்பது ஒருவரின் சமநிலையைக் குலைக்கக் கூடியது. கவபத்தாவின் கீழைத்தேய வாதையையும் சாத், பத்தாய் போன்றவர்களின் மேலைத்தேய வாதையையும் எவ்வாறு பார்க்கிறீர்கள்? உங்களது புனைவில் வெளிப்படும் வாதை சாத் மற்றும் பத்தாயின் வெளிப்பாடாகத் தோன்றுகிறது.

உங்களுடைய இரு கேள்விகளுக்கும் சேர்த்தே பதிலளிக்க முயற்சிக்கிறேன். ஆம், நிலவியலும் அது சார்ந்து உருவாகும் சமூகப் பண்பாட்டுக் கருத்தியலும் மனித உடம்புகளை வெவ்வேறாக வளர்த்தெடுத்தாலும் அவற்றில் விளையும் இன்பமும் வலியும் ஒரே உணர்வாலானவையே. உடம்பு உணரும் இன்பமும் வலியும் நிலவியல் பண்பாடு சார்ந்து வேறுபடுவதில்லை. உணர்வின் உள்ளடக்கம் மட்டும் திட திரவ வாயு நிலைகளில் வேறுபட்டு நிற்கும். கீழைத்தேய மேலைத்தேய நிலவியல் பண்பாட்டு வேறுபாடுகள் உடம்பையும் உள்ளத்தையும் வரையறுப்பதில் வேறுபடும்; ஆனால் அவை உணரும் வாதை உடம்பியல் சார்ந்து வேறுபடுவதில்லை. பிறப்பு, இன்பம், வாதை, இறப்பு இவை உலகு தழுவிய இயற்கை நியதி. பூமிக்கு வெளியே இந்த உடம்பின் இயற்பியல் தன்மை மாறுபடும்போது, அதன் வழி பெருகும் கலை

இலக்கியத் தத்துவம்போல் - இன்பமும் வலியும் மாறுபடலாம். சமூக அமைப்பு உடம்பைக் கண்காணிக்கிறது, பிறழும்போது தண்டிக்கிறது. உடம்பானது பால், இனம், நிறம், சாதி, தேசியம், மொழி இவற்றால் வேறுபடுகிறது. இவற்றில் ஏதாவதொன்றில் வேறுபட்டு நிற்கும் இரண்டு உடம்புகள் ஏதாவதொன்றில் ஒன்றுபட்டு நிற்க பொதுக் கூறைத் தேடுகின்றன. இந்தத் தேடலின் நிமித்தம் வரலாற்றில் அலைவதை எழுத்தாக்குகிறேன். எனது சக கலைஞர்களான தெ சாத், பத்தெய், கவபத்தா, பாஸ்பைன்டர், ழெனே எனப் பலர் ஒவ்வொரு மொழியில், பண்பாட்டு அரசியல் வெளியில், பைத்தியர்களால் கட்டமையும் வரலாற்றில் குறுக்கும் நெடுக்குமாக அலைந்துகொண்டிருக்கிறார்கள். மனிதரை அரசியல் தத்துவங்கள் வடிவமைப்பதில்லை; மாறாக, அவர் சார்ந்த மதமே வெளித்தோற்றம், உள்ளடக்கம் அனைத்தையும் வடிவமைக்கிறது. நான் எந்தவொரு தத்துவக் கோட்பாட்டையோ அறிவு இயக்கத்தையோ தனி நபரையோ பின் தொடர்வதில்லை. கடவுளில்லாத வெற்றிடத்தில் என்னை நிரப்பிக்கொண்டிருக்கிறேன்; கடவுளென்பது காமத்தின் மாற்றீடு. கடவுளைப்போல காமமும் சமூகப் பங்கெடுப்பால் விளைவது. தனியருக்கு அங்கு வேலையில்லை. தொடர்ந்து பேச களைப்பாக இருக்கிறது. சுருங்கச் சொன்னால், வலியில்லாத மானுடமே எனது விழைவு. மரணம் என்னும் மாபெரும் தனி நபர் புதிர் விளையாட்டை குதூகலத்தோடு விளையாடுகிறேன். நான் இயற்கையின் விளைவு; இயற்கையோடு இயைந்த வாழ்வை சமூகமாதல் என்னும் ஃபாசிசக் கட்டமைப்பு குலைக்கிறது. மேலாதிக்கம் இயற்கை ஒழுங்கியலைக் குலைத்துவிடும். வரலாற்றில் இதுவரை நிகழ்ந்த எந்தவொரு விடுதலைக் கருத்தியலும் மெல்ல மெல்ல ஃபாசிசமாக உருத்திரிந்ததைப் பார்த்துவிட்டோம். வெள்ளை, பச்சை, காவி, சிவப்பு, கறுப்பு, நீலம் என வகைப்படும் ஆதிக்கம், எதிர் ஆதிக்கம், மேலாதிக்கம் யாவும் எளிய மனிதவுடம்பில் அரசியல் வினையாற்றுகின்றன. சமூகத்தில் மனம் பிழன்ற பைத்தியங்களை ராணுவத்தில் சேர்ப்பதில்லை; ஏனெனில் ராணுவக்கட்டமைப்பே ஆகச்சிறந்த பைத்தியக்காரத்தனமல்லவா? பைத்திய உடம்பில் அரசியல் செயலிழந்துவிடும்; உலகப் பைத்தியக்காரர்களே ஒன்றுபடுங்கள் என்ற முழக்கமே எனது பனுவலரசியலாக இருக்கிறது.

லக்ஷ்மி சரவணகுமார் : புனைவில் வடிவ ரீதியிலான எராளமான சோதனை முயற்சிகளை மேற்கொண்டவர் நீங்கள், இதற்கான பயிற்சியை எங்கிருந்து

எடுத்துக்கொண்டீர்கள்? வடிவரீதியிலான உங்களின் புனைவு முயற்சிகளுக்கு யாருடைய எழுத்துக்களை முன்மாதிரியாய் சொல்வீர்கள்?

எனது புனைவுகளின் வடிவரீதியான கட்டமைப்புகள் யாவும் சிம்ஃபோனி இசைக்கோர்வையின் ஒட்டுமொத்த இயங்கியலையும் தொழில்நுட்ப நேர்த்தியையும் பின்பற்றுபவை. நான் ஐரோப்பியக் கண்டத்தில் வளர்ந்திருந்தால் எனது முதல் தேர்ந்தெடுப்பாக திரைப்படமே இருந்திருக்கும். என்னைத் தமிழ்க் கவிதை மரபிலிருந்து வெளியேற்றி புதிய இயங்குத் தளத்தை ஆக்கிக்கொடுத்தவர்கள் சர்ரியலிசக் கலைஞர்களேயாவர். தண்டனை இல்லை; உலகில் யாரையேனும் ஒருவரைக் கொன்றுவிடு எனச் சொன்னால், யோசிக்காமல் ஸல்வதோர் தலியைக் கலையின் போகச்சிலிர்ப்பால் சுட்டுக்கொன்றுவிடுவேன். பதின்பருவத்திலேயே எனது உள்ளடக்கம் அவனால் நிறைந்தது. அவனுடைய நண்பன் லூயி புனுயேலைத்தான் இன்றும் பின்தொடர்கிறேன். வெர்னர் ஃபாஸ்பைண்டரும் ழான் லுக் கோதாரும் என்னைக் கலைத்து அடுக்கியவர்கள். சத்யஜித்ரேவிடமும் அடூர் கோபாலக் கிருஷ்ணனிடமும் எளிமையாகவும் நிதானமாகவும் ஆழமாகவும் எழுதக் கற்றுக்கொண்டேன். பிதாமகன் லூயி போர்கஸ் வழி கட்டமையும் லத்தின் அமெரிக்கக் கண்டம் எனது விளைநிலம். இடாலோ கல்வினோவும் ழார்ழ் பெரெக்கும் உம்பர்தோ எக்கோவும் நான் கடக்க நினைக்கும் எல்லை இலக்குகள். இவர்கள் எனது தாய்மொழிக்கு வெளியில் நிற்கும் ஆசான்கள். இவர்கள் என் போக்கை மாற்றியவர்கள். திருக்குறளே எனது ஆணிவேர்; கிளைகள், திசைகள் எட்டும் பரவும் இயல்புடையவை. எல்லோரும் எழுத்தெண்ணிப் படிப்பார்கள்; நான் வள்ளுவனிடம் எழுத்தெண்ணி எழுதக் கற்றுக்கொண்டேன். புனிதவதியாரிடம் சரண் புகுவதே, ஃபாசிசவழி ஒழுகலுக்கு எதிரான பைத்திய இயங்கியல் என்ற கவிதையியலைப் புரிந்துகொண்டேன். பாரதியும் பாரதிதாசனும் உண்டாக்கிய போக்குவரத்து நெரிசலில் சிக்கி மூச்சுத் திணறிக்கொண்டிருக்கும் பேராசான் புதுமைப்பித்தனிடம் தமிழ் நாவல்களுக்கான வகைமைகளின் மூலக்கதைகளைக் கற்றுத் தேர்ந்தேன். இன்று, கோணங்கி, எஸ். ராமகிருஷ்ணன், ஜெயமோகன் இவர்களின் கூட்ட நெரிசலில் என்னைத் தேடுகிறேன்.

சித்ரன் : 80 களிலும் 90 களிலும் தமிழ் எழுத்தாளர்கள் மரபான கதை சொல்லும் வடிவத்திலிருந்து புதிய வடிவங்களை நோக்கிய தேடலில் சற்று மிகையாகவே ஈடுபட்டுவிட்டார்களோ என்ற ஐயப்பாடு எனக்குள்ளது.

உங்கள் புனைவுலகத்திற்கு நெருக்கமான கி.ராவின் அபாரமான 'பேதை' கதையோ எளிமையான வடிவத்தில் எழுதப்பட்டதுதானே?

மரபான கதைசொல்லும் வடிவமென்று எதுவுமில்லை; அது இசையைப் போல நிலத்திற்கேற்ப காலச் சூழலுக்கேற்ப மாறிக்கொண்டேயிருப்பது. அதை ஒன்றில் அறுதியிட்டு நிலைப்படுத்த முடியாது. நடந்ததைத் திரும்பச் சொல்வதும் நடக்கப்போவதை முன்கூட்டிச் சொல்வதும் ஒவ்வொரு வாய்க்கும் மாறுபடும். எப்பொருள் யார்யார் வாய் கேட்பினும் அப்பொருள் ஒற்றை மெய்ப்பொருளாய் அமையாது. வாய்க்கேற்ப இடத்திற்கேற்ப காலத்திற்கேற்ப மாறுவதே சொல்கதை இயங்கியல். உலக அரசியல் மாற்றத்திற்கேற்ப இருபதாம் நூற்றாண்டின் இறுதி இருபது ஆண்டுகளில் தமிழ்ப் புனைவில் உளவியல், மெய்யியல் சொல்லாடல்கள் செறிந்து புதிய கவிதையியல் போக்குகளை வெளிப்படுத்தின. சமூகப் பொதுப்புத்தியில் தேய்வழக்காகிவிட்ட ஒன்றைப் புறமொதுக்கி புதியதை உட்புகுத்துவதே கலையின் அடிப்படை இயல்பு. இருபதாம் நூற்றாண்டின் முதல் இருபதில் கட்டமைந்து இறுதி இருபதில் கட்டுடைந்த சோவியத் ஒன்றியம் உலகு தழுவிய கலை இலக்கியச் செயல்பாடுகளை மாற்றியமைத்தது. ஆம், வரலாற்றில் இருபதாம் நூற்றாண்டில் முதன்முதலாக பூமி புரண்டுபடுத்தது. எல்லாப் பொருளும் இடது வலதாய் வலது இடதாய் இடம்மாறின. இப்புவியசைவு ஒரு நாளில் நிகழ்ந்ததன்று; ஒரு நூற்றாண்டாக உள்ளுக்குள் சிறுசிறு நடுக்கங்கள் திரண்டு நிகழ்ந்தது. ஒரு நிலப்பகுதியின் அரசியல் நிகழ்வே அதன் கலை இலக்கியத்தை மாற்றியமைக்கிறது. கடந்த நூற்றாண்டின் இறுதிக் கால நிலநடுக்கம் தமிழ் நிலத்திலும் உணரப்பட்டது. நிறப்பிரிகை, மீட்சி, தமிழ் நேயம், கிரணம் போன்ற இதழ்கள் வழியே புதிய சொல்லாடல்கள் பெருக்கமடைந்தன. அரசியல் கட்சிகளும் மத அமைப்புகளும் கார்ப்பரேட் கம்பெனிகளாயின. கதையற்று அலைந்தோம்; புதிய கதைகளைத் தேடத்தொடங்கினோம். கனவுகளற்ற உறக்கத்தில் சூன்யத்தைக் கதைப் பொருளாகத் தொட்டுணரலானோம். எல்லாம் மறுவாசிப்புக்கும் பொருள்கோளுக்கும் உட்படுத்தப்பட்டன. கி. ராஜநாராயணனைப் பற்றி குறிப்பிட்டீர்கள். ஆம், மேல்நிலைப் பள்ளிப் பருவத்தில் வாசகர் வட்டம் வெளியிட்ட கோபல்ல கிராமம், அதுவரை வாசித்திருந்தப் பனுவல்களிலிருந்து வேறுபட்டு தனித்துத் திகழ்ந்தது. கி.ராவின் ஒட்டுமொத்த எழுத்தும் கரிசல் பூமியின் சமூக மானுடவியல் ஆவணத் திரட்டு. வெளியிலிருந்து வந்த ஓர்

இனக்குழுவின் புலம்பெயர்க் கதையினூடாக மண்ணின் இனக்குழுக்களின் கதைகளையும் சேர்த்துச் சொல்லிச்செல்வது. ஆம், எளிய வாக்கியங்களாலானவர் கி.ரா. ஆனால், கதையின் உட்பொருள் எளிமையானதன்று. கி.ராவின் படைப்புகளில் சிலவற்றைத் தேர்ந்துத் தொகுத்து விரிவான கட்டுரையொன்றை எழுதி கி.ரா. எழுத்துலகம் என்ற நூலை கலைஞன் பதிப்பகம் மூலம் பிரேமுடன் சேர்ந்து வெளியிட்டேன். தமிழ் இலக்கிய உலகில் உருவாக்கி வைக்கப்பட்டிருந்த கி.ரா. எனும் நாட்டார் கதைசொல்லி என்ற எளிய படிமத்தைச் சிதைவாக்கி அவரை ஒரு பின்நவீன / பின்நவீனத்துவ கதைசொல்லி என்று புதிய வாசிப்பின் வழி நிறுவப்பட்டது. மேற்சுட்டிய நூலில் பத்து சிறுகதைகள் தேர்ந்து முன்வைக்கப்பட்டன. அவை பொதுவழக்கில் அதிகம் பேசப்படாதவை. அவற்றிலொன்றுதான் "பேதை" நான் இந்த உரையாடலில் முன்வைத்துள்ள தாய்மை திரிந்த பேய்மை என்னும் கவிதையியல் பொருண்மையை, நான் பிறப்பதற்கு முன்பே கி. ரா. இக்கதை வழியே நிகழ்த்திக்காட்டியுள்ளார். வேட்டி, கதவு போன்ற கதைகளின் தேய்வழக்கால் முடக்கப்பட்டிருந்த கி.ராவின் கதைவெளியின் பிற பரிமாணங்கள் வாசகப் பார்வைக்குச் சுட்டப்பட்டன. இது, கி.ராவை வாசிப்பதில் புதிய நோக்கை முன்னெடுத்தது. இலக்கியப் பனுவல் ஒருபோதும் காலாவதியாவதில்லை; ஒவ்வொரு காலத்திலும் ஒவ்வொருவர் வாசிப்பிலும் மாறுபடும் பொருளுரைப்பில் புதிது புதிதாய்ப் பல்கும்.

சபரிநாதன் : பொதுவாக உங்கள் கவிதைகளில் இசைமையும் கட்டமைப்பும் உண்டு. ஆனால் சமீபத்திய கவிதைகளில் நீங்கள் கிட்டத்தட்ட அகவற்பா, விருத்தம் போன்ற மரபார்ந்த வடிவங்களில் எழுதி வருகிறீர்கள். கட்டற்ற தன்மை இன்னும் மிகுந்திருக்கிறது. இத்தகைய புத்துருவவாத (neoformalism) கவிதைகளை நோக்கிய திருப்பத்திற்கான காரணம் என்ன?

பள்ளிப் பருவம் முதலாக எழுதுவதைப் போலவே பேசுவதற்கும் பயின்று வந்தவன். எல்லா வகை மரபு வடிவங்களிலும் பாப் புனையும் பயிற்சி பெற்றிருந்தேன். பழைய ஞாபகத்தில, எதுகை மோனையை விடுத்து விருத்தப்பா கட்டமைப்பில் ஐம்பது கவிதைகள் அடங்கிய தொகுப்பை நடுநிசி மதியம் என்ற பெயரில் உருவாக்கினேன். புது எழுத்து பதிப்பகம் வெளியிட்டது. வழக்கம் பொல தமிழ் இலக்கியச் சூழல் அதைக் கடந்து சென்றுவிட்டது. அது எனது பதினான்காவது கவிதைத் தொகுப்பு. கட்சி அரசியல் விளைவிக்கும் ஃபாசிச அழுத்தம் தமிழ்ச் சமூகச் சூழமைவிற்குக்

கேடு பயக்கும்; அது போல இலக்கிய அரசியல் விளைவிக்கும் ஃபாசிச அழுத்தம் தமிழ்க் கலையியலுக்குக் கேடுபயக்கும். தோழமை மனப்பாங்கு இச்சமூகத்திற்கு அந்நியமானது. சக மனிதச் சாதிய வெறுப்பால் கட்டமைந்த உள்ளத்தில் கவிதை கருக்கொள்ளாது. உலக இலக்கியப் போக்கிலிருந்து தமிழிலக்கியம் பின்தங்கியுள்ளதற்கு இதுவே முதற் காரணம். கூட்டுப்புழுவைப் போல என்னைச் சுற்றி நானே கட்டமைத்துக்கொண்ட வெளிக்குள்ளிருந்து கற்பனையான இலக்கியச் சூழலை நிறுவிக்கொண்டு எழுதிக்கொண்டிருக்கிறேன். கண்ணாடியில் உற்றுப்பார்க்கும்போது முகத்தில் பைத்தியக்களைக் கூடிவருவதுத் துலங்குகிறது. ஒன்றில் தேங்கவிடாமல் என்னைக் கலைத்துக் கலைத்துப் புலன்களை மாற்றி மாற்றி கோர்த்துக்கொண்டே இருக்கிறேன். இப்பழக்கம் பனுவலாக்கத்திலும் பிரதிபலிக்கிறது. ஒற்றை வடிவத்தில் எனது உடம்பு நிலைக்கலாம்; ஆனால், எனது படைப்பு வெவ்வேறு வடிவங்களில் கூடுவிட்டுக்கூடு மாறிக்கொண்டே இருக்கவேண்டும். கைப்பிடிக்குள்ளிருந்தாலும் அதற்குள் ஒடுங்காமல் ஓயாமல் அலையடிக்கவேண்டும்; ஒவ்வொரு கணமும் வெவ்வேறு அலைகள். மொழி என்பது ஒலிகளின் தொகுப்பு; அதன் துணுக்குகள் எழுத்துக்களாகவும் வார்த்தைகளாகவும் வாக்கியங்களாகவும் வாய் வழி கட்டமையும் இசைக் கோலம். மொழிக் கட்டமைப்பே இனக்குழு உருவாக்கும் முதன்மையான இசைக் கட்டமைப்பு. ஒவ்வொரு மொழியும் ஓர் இசைவடிவம். நான் தமிழிலோ ஃப்ரெஞ்சிலோ பேசுகிறேன் என்றால் வாயொலி வழியாக பொருளுடைய இசைக்கோலத்தைப் பிறருடன் பகிர்கிறேன். மரபான பா வடிவங்கள் மட்டுமில்லை; ஒரே மொழியின் பேச்சு ஒலிவடிவம் நிலப்பகுதிக்குத் தக வேறுபடும்; இதையே வட்டாரவழக்கு என்கிறோம். வேறுபடும் வட்டாரவழக்கு என்பது வேறுபடும் பா வகைமையே. எளிமையாகச் சொன்னால், இசையால் நான் எழுதுகிறேன். எடுத்துக்காட்டாக, பாரதியின் கவிதைகள் தமிழின் ஒலிக் கட்டமைப்பாலேயே செழுமைப் பெறுகின்றன. பெயர்க்கப்பட்ட அவற்றை இரு ஐரோப்பிய மொழிகளில் படித்திருக்கிறேன்; மூல மொழியின் இசைத்தன்மை நீக்கப்பட்டு வெற்று பேச்சாகவே மீந்திருந்தன. எந்தவொரு மொழியிலிருந்தும் உரைநடை இலக்கியம் மொழிமாற்றமடையும் அளவிற்குக் கவிதை இலக்கியம் மொழிமாற்றம் செய்யப்படுவதில்லை. கவிதையோ கதையோ மொழிபெயர்ப்பின் வழி முழுமையடைவதில்லை. தமிழ்த் தொன்மையின் இசைவளத்தை என்னால் விலக்கிவைக்க முடியாது. ஆக, கவிதையிலும் கதையிலும் வகைவகையான இசைக்கட்டமைப்பை வார்த்தைப்படுத்துகிறேன்.

சபரிநாதன் : உங்கள் கவிதைகளில் அறிவுநிலையிலோ உணர்ச்சிகரத்திலோ ஒருவித வன்தன்மை அல்லது ஒருவகை மூர்க்கம் இருப்பதாகத் தோன்றுவதுண்டு. அப்படியான தோற்றத்திற்கு வாய்ப்புள்ளதாகக் கருதுகிறீர்களா?

எனது எழுத்துச் செயல்பாடுகளின் அரசியல் என்னவென்றால், மேலாதிக்கத்திற்கு எதிராக சக மனிதரின் அறிவொழுங்கை மாற்றியமைப்பதேயாகும். நானொரு தமிழ்த்தேசியவாதி. மார்க்ஸ், அம்பேத்கர், அயோத்திதாசர், பெரியார் என்னும் நான்கு அறிவுத் திசைகளால் கட்டமைவதாகத் தமிழ்த் தேசியம் இருத்தல் வேண்டும். அம்பேத்கரின் அவைதீகம், மார்க்சின் பொதுவுடைமை, அயோத்திதாசரின் தமிழ் பௌத்தம், பெரியாரின் சமூக நீதி என்னும் தொகுப்பறிவால், இத்துணைக்கண்டத்தில் ஒடுக்கப்பட்ட ஓர் இனம் தனது மொழிவழியே தனக்கான தேசத்தைக் கட்டமைத்துக் கொள்வதற்கு உடனிருந்து உழைப்பதே எனது எழுத்தின் அரசியல் அறிவுநிலை. திருக்குறளின் அறநெறிகளே எனது கவிதையியலின் உள்ளடக்கம். ஆண் பால், பெண் பால் கலந்துத் திரிந்த ஆபெண் பால்நிலைக் கட்டமைப்பை உருவக உடலரசியல் செயல்பாடாக முன்னெடுப்பதே எனது பனுவலரசியல். உடம்புகளின் போகத் திளைப்பினூடாக ஆன்மிக உச்சத்தை அடைவதே வாழ்வியல் எனச் சொல்லும் எனது படைப்புகள் மூர்க்கத்தையோ வன்முறையையோ கொண்டாடுவதில்லை. கருத்தியல் உருவகங்களான கடவுளுக்கும் சாத்தானுக்கும், நன்மைக்கும் தீமைக்கும் இடையே நிகழும் உரையாடலில் நான் கடவுளின் பக்கமே நிற்கிறேன். எல்லோரும் இன்புற்றிருப்பதே யல்லாமல் வேறொன்றறிந்திலேன் தோழர்களே...

சித்ரன் : உலகிலுள்ள தமிழர்கள் அனைவரும் ழகரத்தைச் சரியாக உச்சரிக்கும் காலத்தில் அவர்களுக்கென்று தனிநாடு பூமியில் தானே மலரும். – ஒரு பின்காலனியக் கவிஞன் கற்பனாவாதக் கவிஞனாய் உருமாறிவிட்டான் என இதை எடுத்துக்கொள்ளலாமா?

இல்லை. ஐந்தவித்தான் என்ற நாவலில் மாதவன் என்ற கதாபாத்திரம் சொல்லும் கூற்று இது. இதற்கும் இப்பனுவலாசிரியனுக்கும் எந்தவொரு தொடர்புமில்லை. தமிழறிவின் தெளிந்த வடிவம் ஐயாயிரமாண்டுகள் என்கிறோம். தொல்காப்பியத்தின் வயது மூவாயிரமாண்டுகள் என்கிறோம். திருவள்ளுவரே என்னைவிட இரண்டாயிரமாண்டுகள் மூத்தவர் என்று பெருமைபட்டுக் கொள்கிறேன். எல்லாமிருந்தும் என்ன செய்வது? செம்மொழியோருக்கு ஒரு தற்கால நாவலை வாசிக்கத்

தெரியவில்லையே. ஏனென்றால், பார்த்தல், கேட்டல் மூலமே ஒன்றைப் புரிந்து ரசிக்கத்தெரிந்த நமக்குப் படித்துப் புரிந்து ரசிக்க இன்னும் பழக்கப்படவில்லை. போகப்போக, வைகைப்புயல் வடிவேலுவை ரசிப்பதுபோல மாதவனின் இக்கூற்றின் நகையைப் புரிந்து ரசிப்பீர். தமிழர் தனிநாடு என்பது இன்று தமிழர் பொதுபுத்திக்கு நக்கல் நகைச்சுவையாகிவிட்டது. இந்தித் திணிப்பு மட்டுமில்லை, மூகரத் திரிபும் தமிழை அழிக்கும் சதிவேலையாகும். மொழியரசியல் என்பதைச் சொந்த நாவிலிருந்துத் தொடங்க வேண்டும். உலகில் புலி இனம்போல ழகரத்தை உச்சரிக்கும் தமிழர் எண்ணிக்கையும் அருகிவருகிறது. தனது தாய்மொழியின் பெயரைப் பிழையாக உச்சரிக்கும் ஏதேனுமோர் இனம் உலகிலுண்டா?

சபரிநாதன் : தமிழ்ச் சமூகத்தில் கவிதை என்பதற்கு பொதுக்கற்பனையிலும் பாரம்பரியத்திலும் பெரிய இடம் இருக்கிறது. ஆனால் எதார்த்தத்தில் கவிதை ஒரு விளிம்புநிலை வடிவமாகவே உலவுகிறது. இந்த முரண்பாட்டை எப்படி பார்க்கிறீர்கள்?

பொதுச் சமூகத்திற்கான பொதுவான அறிவு என்பது அச்சமூகத்தின் வழக்கில் விளைந்த மொழி மற்றும் மதம்; இவை தவிர, எல்லாருக்கும் எல்லாமாகி நிற்கும் வேறொன்றில்லை. தமிழ்ச் சமூகத்திற்கு மட்டுமில்லை; பிற எந்தவொரு சமூகத்திற்கும் கலை இலக்கியம் என்பது பொதுபுத்திக்கானவை இல்லை முகநூல் நட்பில் எனக்கு ஐயாயிரம்பேர் இருக்கிறார்கள்; இருபினும், எனது பதினான்காம் கவிதை நூல் ஐம்பது படிகள் மட்டுமே அச்சிடப்பட்டன. அடுத்த ஐம்பதாண்டில் என்னைக் கல்வியாளர் வட்டத்தில் ஐந்துபேர் தெரிந்துவைத்திருப்பார்கள்; அதில் ஓரிருவர் என்னைப் படித்தவராக இருக்கலாம். இது இப்படியே இருக்கட்டும். இரண்டாயிரமாண்டுகளுக்கு முன்பு எழுதப்பட்ட திருக்குறள் இருநூறு ஆண்டுகளுக்கு முன்புதான் பொதுச் சமூகத்திற்கு வந்தது. அப்பனுவல் இன்னும் தமிழ்ப் பொது அறிவில் ஓர் அங்கமாகவில்லையே.

சனாதன அடிமைத் தளைகளை நொறுக்கி வெளியேறிய விடுதலை இறையியலாளர்களான; நவீனகாலத் தமிழ்த் தேசத்தின் முப்பெரும் ஆளுமைகளான ஐயா வைகுண்டர், அருட்பிரகாச வள்ளலார், பண்டிதர் அயோத்திதாசர் முதலானோர் தமிழ்நாட்டில் அந்தந்த நிலம், இனம், சாதி வட்டார அளவிலேயே முதன்மை பெற்றிருக்கிறார்கள். சனாதனத்தால் கட்டமைந்த தமிழர் பொதுபுத்தி

இவர்களை மதம் கடந்த இறையியலாளர்களாக முழுமையாக ஏற்கவில்லை. வடக்கிலிருந்து நேற்றுவந்த சாய்பாபா தமிழ் நிலத்தில் ஒவ்வொரு வீட்டின் பூசையறையிலும் இடம்பிடித்து விட்டார். கலை இலக்கியம் தத்துவம் விடுதலை இறையியல் என்பன பொதுச்சமூகத்திற்கானவை இல்லை.

சபரிநாதன் : பெரும்பாலும் நடப்பது என்ன? ஒரு கவிதைக்கருவில் இருந்து மொழிப்பரப்பிற்குள் நுழைவீர்களா? மொழிவெளியில் இருந்து புறப்பட்டு கவிதையைக் கண்டுபிடிப்பீர்களா? உங்கள் கவிதையாக்க அனுபவம் பற்றி கொஞ்சம் சொல்லமுடியுமா? ஒரு வாசகனாக கவிதையில் நீங்கள் எதிர்பார்ப்பது என்ன? ஒன்றைச் சிறந்த கவிதையாக நீங்கள் கருதுவதற்கான காரணிகள் என்னென்ன? கவிதையில் சிந்தனையின் இடம் என்ன? உணர்ச்சியும் அறிவும் எதிரெதிரானவை என்ற தமிழ்ச்சூழலின் பொதுவான நம்பிக்கையை நீங்கள் எப்படி எதிர்கொள்கிறீர்கள்? சொற்தேர்விலும் வளத்திலும் அதீத மொழிப்பிரக்ஞை செயல்படும் கவிதைகள் உங்களது. மொழியுடனான உங்கள் உறவு எத்தன்மையது? கவிதையில் மொழி எப்படி வந்தமையவேண்டுமென விழைகிறீர்கள்?

சபரி, நீங்கள் தனித்தனியாக எழுப்பிய கேள்விகளை ஒன்றாகத் தொகுத்துக்கொண்டு; எனக்கான விவாதப் புள்ளிகளை வரிசைப் படுத்திக்கொள்கிறேன். மொழியிலிருந்து புறப்பட்டு கவிதையைக் கண்டடையமுடியாது. ஒரு கருவிலிருந்தே கவிதையை நான் வளர்த்தெடுக்கிறேன். அக்கரு ஒரு சொல்லாகவோ காட்சிப் படிமமாகவோ திட திரவ காற்று நிலையில் ஒரு பொருளாகவோ இருக்கலாம். வெறும் உணர்ச்சி நிலையை மட்டும் பிடித்துக்கொண்டு கவிதை மட்டுமில்லை நம்மால் அழக்கூட முடியாது; ஒரு காரியத்துக்குக் காரணம் தேவை. எனது கவிதைகள் யாவும் நன்கு திட்டமிடப்பட்டவை; சிம்பொனி இசைக் கட்டமைப்பைப்போல சல்வதோர் தலியின் ஓவிபப் படலம்போல சிற்பத்தின் நடனத்தின் முன்கூட்டிய திட்டமிடல்போல நாவல், திரைப்படம் இவற்றின் ஒழுங்கமைப்பைப்போல திட்டமிட்டே கலைத்தொழில்நுட்பத்தை வரையறுக்கிறேன். கவிதை மட்டுமில்லை, அனைத்துக் கலை வடிவங்களும் செயற்கையானவையே. இயற்கைக்கு வெளியில் நிற்பவை எல்லாம் செயற்கையே. மரம் இயற்கை; போன்சாய் செயற்கை. கந்தசாமி இயற்கை, கடவுள் செயற்கை; இது புதுமைப்பித்தனுக்குத் தெரியும்.

மீசை அரும்பும் காலத்திலேயே அணி இலக்கணம் கற்றுத் தேர்ந்து பாப்புனைந்தேன். தளைத்தட்டாமல் அசை பிரித்து சொற்களைத் தேர்ந்து பாவகைமையில் கவிதைகளைக் கட்டமைத்த பழக்கம்

இன்றுவரை துணைநிற்கிறது. உடம்புறவில் கட்டமையும் கவிதையியல் தொழில்நுட்பத்தை எனது பிரதியாக்கங்களில் படித்துத் தெளியலாம். நான் தேர்ந்த கவியாக இல்லாமலிருக்கலாம், அது உங்கள் பிரச்சினை; ஆனால், என்னளவில் அறுதியிட்டுச் சொல்வேன், நானொரு தேர்ந்த வாசகன். கவிதையொன்றில் எழுதியிருப்பேன்; நட்சத்திரம் என்றால் அதுவொரு சொல், விண்மீன் என்றால் அதுவொரு படிமம். மொழி என்பது எனக்கொரு கலைப்பொருள், அது பேசவும் எழுதப்படிக்கவும் மட்டுமன்று.

சிறந்த கவிதை என்று எப்படித் தேர்வது? பிரதி ஒன்று; வாசிப்பு நூறு. எழுதப்பட்டதை மறுகட்டமைப்பு செய்வது வாசகர் மூளையே. வாசிப்பில் அடைபடும் பிரதியும், முன்முடிபுகளை முன்மொழியும் பிரதியும் எனக்கு ஒவ்வாதவை. பன்முகப்பிரதி வாசிப்பைப் பன்முகப்படுத்தும். பிரதியை ஒருமுகப்படுத்துவதே வாசிப்பின் அரசியல்; அது விமர்சனப் பாசிசத்தை உருவாக்கும். மதச் சித்தாந்திகளுக்கும் அரசியல் சித்தாந்திகளுக்கும் எனது பனுவல்களுக்குள் அனுமதியில்லை; அவை, அவர்களை வெளித்தள்ளிவிடும்.

உணர்ச்சியும் அறிவும் எதிரெதிரானவை இல்லை; உணர்ச்சியை அறிவு வழிநடத்தவேண்டும்; கலையின் இயங்கியல் அதைச் செய்யும். உள்ளம் என்பது தொகுப்பறிவு, அது தொகுப்புணர்ச்சி அன்று. அறிவைப் பொருண்மை செய்தல்வேண்டும். அறிவும் கலையும் சேர்ந்த பொருண்மைக்குச் சிறந்த எடுத்துக்காட்டு, திருக்குறள்; இதை எழுதியவனே, தமிழின் மூத்தத் தலைமுறையின் முதன்மைக் கவிஞன்.

இருப்பதை நகலெடுப்பது கலைச்செயல் இல்லை; இருப்பதை வேறொன்றாக ஆக்குவதே படைப்பின் ரசவாதம். தமிழ்மொழி இயல்பிலேயே கவித்துவமானது. தாய்மொழி ஒரு சமூகத்தின் இயற்கை விளைவு. நானொரு மொழிவழி கலைஞன்; எந்த வழியிலும் பாசிசம் அண்டாத உள்ளத்தின் ஒளி பிரதியில் துலங்கவேண்டும்.

லக்ஷ்மி சரவணகுமார் : உங்களது அனேக புனைவுலகில் (சமீபத்தில் வெளியான நல்லபாம்பு உட்பட) பெருங்கதையாடல்களுக்கு மாறாக சிறுதெய்வ வழிபாட்டையே நீங்கள் பிரதானப்படுத்துகிறீர்கள். இதை ஓர் அரசியல் செயல்பாடாக எடுத்துக்கொள்ளலாமா?

உலகப் பெருமதங்கள் யாவும் அரசியல் செயல்பாட்டுக் களங்களே.

இந்தத் துணைக்கண்டத்தில் ஒவ்வொரு கடவுளும் அரசியல்வாதிகளே. கடவுளரை எதிரிடையாகவைத்து விளைந்த சமயப் போர்கள் இந்த நூற்றாண்டிலும் ஓய்ந்தபாடில்லை. மனிதவுறவுகள் இல்லாமல் ஒரு சமூகத் தன்னிலையால் வாழமுடியும்; ஆனால், கடவுளில்லாமல் இயலாது. தமக்கென்று ஒரு கடவுள் இல்லாமல் இவ்வுலகில் எந்தவொரு மூலையிலும் ஓர் இனக்குழு இல்லை. மதம் என்னும் கருத்தியல் சட்டகமே, சமூகத்தின் முதல் அரசியல் அமைப்பு; அதுவே பன்னாட்டு அரசியல் அமைப்புகளைப் பின்னின்று இயக்குகிறது. இத்துணைக்கண்டத்தில் ஐம்பூதகங்களும் கல், மண், மரம் செடி கொடி, மலை, கடல், மீன், பன்றி, குரங்கு, யானை பானை, பாம்பு என உயிருள்ளவை உயிரில்லாதவை யாவும் தெய்வங்களே. சாமியாடும் பெண்கள் நரம்பு நோயாளிகளில்லை; அவர்கள் மாரியாயி கூடுபாய்ந்த அந்நேரத்திற்கான தெய்வங்கள். நடுகற்கள், சுமைதாங்கிக் கல் அமைப்புகள், உயிர்க் குடித்த பாழுங்கிணறுகள், தொழிற் கருவிகள், வேட்டைக் கருவிகள், போர்க் கொலைக்கருவிகள், பனையோலை, எழுத்தாணி, பாடபுத்தகம், பேனா பென்சில் எல்லாமே சிறுதெய்வங்கள்தாம். தெய்வம் என்பது சமூகமனநிலை; நாத்திகம் என்பது சமூக அறிவுநிலை. பெருதெய்வங்களை முன்வைத்து கட்டமையும் சமூக மேலாதிக்கப் பாசிசத்தை வலுவிழக்கச்செய்ய சிறுதெய்வ வழிபாடுகளை முன்னெடுக்கவேண்டும். மூத்தப் பனுவலான சிலப்பதிகாரமே இதைத் தொடங்கிவைக்கிறது. ஔவை, புனிதவதி, திருவள்ளுவர், திருமூலர், பதிணெண் சித்தர்கள் தொடங்கி வள்ளலார் வரையிலான கவிஞானியர்கள் கடவுளாகவே வழிபடப்படுகிறார்கள். திருவதிகை வீரட்டானேசுவரர் பெருங்கோவிலுக்கு வெளியே வெட்டவெளி மண்தரையில் மூக்குடைக்கப்பட்டு வீற்றிருக்கும் புத்தரும் ஒரு சிறுதெய்வமாகத்தான் வழிபடப்படுகிறது. மதம்சார் பெருந்தெய்வம் புதிதாகத் தோன்றாது; சிறுதெய்வம் காலந்தோறும் தோன்றிக்கொண்டேயிருக்கும். நானொரு தமிழ் நாகன்; நாகத்தை வழிபடுபவன். நாகத்தைக்கூடி குட்டி நாகத்திற்குத் தந்தையானவன். நல்லபாம்பு: நீல அணங்கின் கதையில் அவளை நீங்கள் வழிபடலாம். ஆம், கார்பரேட் கடவுளருக்கு எதிராக நான் நாட்டுக்குடித் தெய்வங்களை முன்னிறுத்துகிறேன். இத்துணைக்கண்டத்துக்குள் வெளியிலிருந்து வந்தவர்கள் மண்ணின் மக்களின் மொழி, நிலம், தெய்வம், கலை, கதை என அனைத்தையும் களவாடி தமதாக்கிக்கொண்டார்கள். அவர்களிடமிருந்து நமது நாட்டார் தெய்வங்களையேனும் பறிகொடுத்துவிடாமல் பாதுகாக்கவேண்டும்.

லக்ஷ்மி சரவணகுமார் : சொல் என்றொரு சொல் நாவலிலும் உங்களின் அனேக கவிதைகளிலும் பௌத்தம் குறித்த ஆழ்ந்த புரிதல்களை வெளிப்படுத்தியுள்ளீர்கள். அதே சமயம் 2009 இலங்கை யுத்த காலகட்டத்தில் நீங்கள் உங்களை ஈழ ஆதரவாகவேதான் வெளிப்படுத்தியுள்ளீர்கள். தமிழ் இலக்கியச் சூழலில் பெரும் பாலானோர் குறிப்பாக பௌத்தத்தில் ஆழ்ந்த பற்றுள்ளவர்களாய்த் தங்களை வெளிப்படுத்திக் கொள்கிறவர்களும்கூட சிங்கள பௌத்த பேரினவாதத்தை கண்டிக்கவில்லையே இந்த மனநிலையை எவ்வாறு பார்க்கிறீர்கள்?

நான் பௌத்தத்தின் வழியாகத்தான் அயோத்திதாசரையும் அம்பேத்கரையும் வந்தடைந்தேன். பௌத்தம் என்பது சிந்தனைப் பள்ளி; அது மதமாகத் திரிந்து பல கிளைகளாகப் பிரிந்து உலகப் பெருமதங்களில் ஒன்றாக பாசிசக் கட்டமைப்போடு செயல்படுகிறது. இலங்கை, மியான்மர் போன்ற நாடுகளில் மதப்பெரும்பண்மையினர் மதத்தின் பெயரால் மதச்சிறுபாண்மையினரை ஒடுக்கவில்லை; அவர்கள் இனம் என்ற உயிரியல்/ இனக்குழு வரையரையை முன்வைத்தே இனச்சிறுபாண்மையினரை ஒடுக்கவும் கொன்றொழிக்கவும் செய்கிறார்கள். பௌத்தப் பெரும்பாண்மையினர் சிங்களர்களாகவும் இந்துச் சிறுபாண்மையினர் தமிழர்களாகவும் இருப்பதுதான் பிரச்சினை; இங்கு இருவேறு மதங்களை எதிரிடையாக முன்வைப்பது ஓர் அரசியல் கபடம். இந்தியாவில் இந்துக்களானத் தமிழர்கள் தனித்துவம் பேணும் தேசிய இனம் என்பதாலேயே இந்திய ஆரியப் பேரரசால் ஒடுக்கப்படுகிறது. இந்து என்ற மத அடையாளம் தமிழர் தேசிய இனத்தை அடக்கி ஒடுக்கி தனித்துவம் அழித்து முடக்கப்பார்க்கிறது. இதேபோல இலங்கையில் தமிழர்கள் அனைவரும் பௌத்தர்களாக இருந்திருந்தாலும் இந்த இன அழித்தொழிப்பு நடந்திருக்கும். கிறித்துவ, இஸ்லாமிய மதப்பிரிவுகள் ஒன்றையொன்று பகைமைப்பாரட்டுவதைப் போன்றதன்று; இது, ஒரு நிலத்தில் வாழும் இருவேறு இனக்குழுக்களின் சுயநிர்ணய அரசியல் பிரச்சினை. இந்து தேசியத்தைக் கட்டமைக்க முனைந்துவரும் இந்திய அரசின் (காங்கிரஸ், பி.ஜே.பி. இரண்டிற்கும் ஒரே நோக்கம்தான்) பேருதவியோடுதான் இரண்டுலட்சம் ஈழ இந்துக்கள் கொன்றழிக்கப்பட்டனர். இந்தத் துணைக்கண்டத்தில் ராமாயணம் காலந்தொட்டு ஆரியர்கள் தமிழர்களை அழித்துவருகின்றனர். இந்தியா என்ற கட்டமைப்புக் குலைந்தால்தான் இப்போர் வரலாற்றில் ஒரு முடிவுக்கு வரும். பாவம், புத்தர் என்ற அறிவுஜீவி என்ன செய்வார்? அவரே ஆற்றுநீர் பங்கீட்டுப் பிரச்சினையில்

சாக்கியர், கோலியர் என்ற இரு இனக்குழுக்களிடையே சிக்கிச் சின்னாபின்னப்பட்டுத் தன்னைச் சமூக விலக்கம் செய்து கொண்டவர்தானே.

லக்ஷ்மி சரவணகுமார் : இந்தியத் தமிழர்க்குத் தனிநாடு அமையாதவரை ஈழத் தமிழர்க்குத் தனிநாடு சாத்தியமில்லை. தனி ஈழத்திற்காக இங்கிருந்து குரல் கொடுக்கும் தமிழர்களைப் பார்க்கப் பாவமாக இருக்கிறது. ஈ.வெ.ரா. சொன்னதைத்தான் அன்று பாரிசில் பேசினேன்; ஓர் அடிமை இன்னோர் அடிமைக்கு எப்படிக் குரல்கொடுப்பான்?' (பக். 126) ஐந்தவித்தான். நாவலில் கதாப்பாத்திரம் சொல்லும் இந்த வரிகளை உங்களின் அரசியல் நிலைப்பாடாக கொள்ளலாமா? எனில், பின் நவீனத்துவத்தில் தேசிய சிந்தனைகளுக்கான உரையாடல்களின் இடத்தை நாம் எவ்வாறு வரையறுப்பது?

தொண்ணூறுகளின் தொடக்கத்தில் சோவியத் யூனியன் என்ற கூட்டமைப்பு தனித்தனி குடியரசுகளாகப் பிரிந்த பிறகுதான் அதுவரை ஒற்றைக் கூண்டுக்குள் அடைபட்டிருந்த வேறுபட்ட தேசிய இனங்கள் விடுதலை வானில் பறக்கலாயின. இரண்டாம் உலகப்போருக்குப் பிறகு சோவியத் கண்காணிப்பின் கீழ் கிழக்கு ஐரோப்பிய நாடுகள் பட்டபாடுகளை அறிவோம். இனம், மொழி, பண்பாடு என அனைத்திலும் வேறுபட்ட தேசிய இனங்களை ஓர் அரசியல் கோட்பாட்டால் அமைந்த அரசின்மூலம் ஒற்றைக் குடையின் கீழ் நிறுத்துவதை, விடுதலையை அவாவும் எந்தவொரு கோட்பாடும் ஏற்காது. பொதுவுடமைக் கட்டமைப்பு என்பதும் தேசிய இனங்களின் ஒருங்கிணைவு என்பதும் வேறுவேறு. ஒரு மதப்பிணைப்பைக்கொண்டு இத்துணைக்கண்டத்தின் வேறுபட்ட தேசிய இனங்களை அடாவடியாக ஒன்றுகூட்டி வைத்திருக்கும் இன்றைய இந்திய நிலைமைக்கு ஒப்பானதே அது. இன்றைய ஆளும் அரசின் உச்ச அழுத்தத்தில் இந்திய ஒன்றியத்தின் பிணைப்புகள் தெறித்து; மொழிவழி மாநிலங்கள் யாவும் தனித்தனியாகப் பிரிந்து மொழிவழி தேசங்களாக உருத்திரளும். மதம், முதலாளித்துவம், பொதுவுடைமை என எதுவும் புதிய தேசங்களுக்கு முன்நிபந்தனையாக இருக்காது. அப்போது, சுயலாபங்களுக்காக இந்திய ஒன்றியத்தைத் தாங்கிப்பிடிக்கும் பாசிச சக்திகள் விரட்டியடிக்கப்படும். இது இந்நூற்றாண்டில் நிகழும். இது இலங்கைக்கும் பொருந்தும்; அங்கு, இரு தேசங்கள் மலரும். சுழலும் நிலம் நிற்கும்வரை வரலாறு தேங்காது.

சபரிநாதன்: நீங்கள் கூர்மையான கருத்தியல் மற்றும் விமர்சனச் செயல்பாடுகளில் பங்கெடுத்தவர். அந்த விவாதங்களும் அது சார்ந்த தேர்வுகளும் கவிதையாக்கத்தில் இடையீடு செய்துள்ளதாக எண்ணுகிறீர்களா?

கவிதைகள், புனைகதைகள், நாடகங்கள், கட்டுரைகள் வழியாகவே நான் அறியப்படுகிறேன். எனது அரசியல் செயல்பாடுகள் யாவும் கோட்பாடு சார்ந்த விவாதங்களாகவே இருந்தன. என்னை ஒரு கம்யூனிஸ்ட் எனச் சொன்னால், முறைப்பார்கள், அம்பேத்கரிஸ்ட் எனச் சொன்னால், ஏறயிறங்கப் பார்ப்பார்கள், தமிழ்த்தேசியவாதி எனச் சொன்னால், உதைக்கவருவார்கள். ஏனெனில், நான் அரசியல் கோட்பாடுகளுக்குள் நின்று படைப்பிலக்கியம் செய்வதில்லை. நானொரு நாடோடி கவிஞன்; எந்தவொரு சமூக அமைப்பிலும் எனக்கு இடமில்லை. என்னைப் பின்நவீனத்துவவாதி என்கிறார்கள்; சிரிப்பதைத் தவிர எனக்கு வேறேதும் செய்யத்தோணவில்லை. இரும்பைத் தங்கமாக்க அதன் இயல் தன்மையை மாற்றும் ரசவாதியைப்போல; ஆண் + பெண் = ஆபெண் என உயிரியல் ரீதியாக அன்றி கவிதையியல் ரீதியாக தனித்த பாலைத் திரிக்கும் ரசவாதவேலையில் ஈடுபட்டுள்ளேன். பாலில் தேங்கும் உடம்பும் கோட்பாட்டில் தேங்கும் அறிவும் மேலாதிக்கமாய் உருத்திரளும்.

சபரிநாதன்: உங்கள் கவிதைகளில் அறிவுநிலையிலோ உணர்ச்சிகரத்திலோ ஒருவித வன்தன்மை அல்லது ஒருவகை மூர்க்கம் இருப்பதாக தோன்றுவதுண்டு. அப்படியான தோற்றத்திற்கு வாய்ப்புள்ளதாக கருதுகிறீர்களா?

ஆசனவாயில் சொருகப்பட்ட கழுமர உச்சிலிருந்து புவியீர்ப்பு விசையில் கீழ்நோக்கி இறங்கியபடி சுற்றி நிற்பவரை வேடிக்கைப் பார்க்கிறேன். என்னிடமுள்ள உச்சபட்ச ஆயுதப் பயன்பாடு எனில்; வாயில் உமிழ்நீரைக் கூட்டிக் காறித்துப்புவதுதான். நானோர் உள்ளோட்டை மனிதன்; ஒரு முத்தத்தால் என்னைக் கொன்றுவிடலாம். என்னை வாசித்தத் திளைப்பில் ஒருவர் செத்தால் அவருடன் உடன்கட்டை ஏறுவேன் அல்லது சேர்ந்துப் புதைவேன். திருவள்ளுவரில் தொடங்கி இராமலிங்கரிடம் அடைக்கலமானவன். அருட்பெருஞ் சோதி, தனிப்பெரும் கருணை.

சபரிநாதன்: நீங்கள் விரும்பி வாசிக்கும் கவிஞர்கள் யாவர்? (தமிழ் மற்றும் அயல்மொழிகளில்)

பிரெஞ்சு மொழியில் ஷார்ல் பொத்லேர், அர்துய்ர் ரெம்போ, போல் எலுவார், மூாக் ப்ரெவெர். ஆங்கிலம் வழியில் ரவீந்திரநாத் தாகூர்,

அக்தோவியோ பாஸ், பாப்லோ நெருதா, லூயிஸ் போர்கஸ், தமிழில் திருவள்ளுவர், திருமூலர், சுப்ரமணிய பாரதி.

சூர்யதேவ்: தற்காலத் தமிழ் இலக்கியவாதிகளில் யாருடைய எழுத்து தங்களுக்கு நம்பிக்கை தருவதாக உணர்கிறீர்கள்?

ஜெயமோகன் தனது அரைநூற்றாண்டு வாழ்க்கையிலேயே உச்சத்தைத் தொட்டுவிட்டார்; இருபத்திநான்கு மணிநேரமும் நிலைக்கண்ணாடி முன்னின்று தன்னைக் கண்கொட்டாமல் பார்த்துக்கொண்டே இருக்கிறார். எஸ். ராமகிருஷ்ணன் ஒரு தன்னிறைவுகொண்ட பேராசிரியர். கோணங்கி ஒரு maverick; இவரையொத்தவர்களையே என் மனம் அவாவுகிறது. கவிதையில் என்.டி. ராஜ்குமார், ரியாஸ் குரானா, யவனிகா ஸ்ரீராம். இளங்கோ கிருஷ்ணன், எஸ்.கயல், வெயில், சங்கரராம சுப்ரமணியன் இவர்களை வாசிக்கத் தவறுவதில்லை. இசையைத் தேர்ந்தெடுப்பதைப் போலத்தான் இலக்கியப் பனுவல்களைத் தேர்கிறேன். வாய்ப்பு வசதிகளை ஏற்படுத்திக்கொடுத்தால் உலக அரங்கில் உச்சத்தைத் தொடும் ஆற்றல்கொண்ட ஆளுமை எஸ். முருகபூபதி. லக்ஷ்மி சரவணகுமாரிடமிருந்து அரிதினும் பெரியதாக எதிர்பார்க்கிறேன். சு. தமிழ்ச்செல்வியின் ஆறுகாட்டுத்துறை என்ற நாவலை ஓர் ஆண் எழுதியிருந்தால் இச்சமூகம் கொண்டாடியிருக்கும்; folk classic என்று பத்தாண்டுகளாகக் கொண்டாடிக்கொண்டிருக்கிறேன். இவர், எட்டு நாவல்களை எழுதிவிட்டு அமைதியாக இருக்கிறார். இந்த இலக்கியச் சூழலின் கயமை எனக்கு அயற்சியைத் தருகிறது. தமிழ்க்குடியின் மதிப்பும் மரியாதையும் இலக்கியத்தின் மூலமே வரலாற்றில் முன்னிறுத்தப்படுகிறது. நூறு பூக்கள் மலரட்டும்.

சபரிநாதன் : உங்கள் அனுபவத்தில் கவிஞனாக வாழ்வதென்றால் என்ன?

தமிழ்க் கவிஞனாக வாழ்வது என்று திருத்திக்கொள்கிறேன்; அராக்கிரி.

சூர்யதேவ் : வாழ்க்கைக்கும் எழுத்துக்குமான இடைவெளியை என்றேனும் உணர்ந்ததுண்டா?

இதுவரை இல்லை.

சூர்யதேவ் : பிரேம்/ரமேஷ் பிரிவிற்குப் பிறகான தங்கள் எழுத்து பற்றிய சுயமதிப்பீடு என்ன?

இது இந்தியா – பாக்கிஸ்தான் பிரிவினையா? அரசு வேலையை

முன்வைத்து பாதுகாப்பாக, சுய தணிக்கையோடு எழுதவேண்டியிருந்த நெருக்கடி இப்போது இல்லை. பிரேமிடமிருந்துப் பிரித்து, மாலதி மைத்ரி அவர்கள் என்னை விடுதலை செய்தார்; அவருக்கு நன்றி சொல்ல கடமைப்பட்டுள்ளேன்.

சித்ரன்: கனவில் பெய்த மழையைப் பற்றிய இசைக் குறிப்புகள் கதையில் இசையாசிரியை பெர்னாதேத் தன் முழுவாழ்வையும் குழந்தை இசைக் கலைஞனான ழீலிற்காய் அர்ப்பணித்திருப்பாள். ஆனால் அவள் எதிர்பார்ப்பை நிறைவேற்றாது மனச்சிதைவுற்றுத் திரியும் ழீலிற்கு பெர்னாதேத் பின்வருமாறு எழுதுவாள் அழுதால் மயக்கம் வருகிறது. தனிமையில் மயக்கம் வந்தால் தண்ணீர் தர யார் இருக்கிறார்கள் ழீல். தமிழ் இலக்கியப்பரப்பின் எல்லைகளை விரிவாக்கிய ரமேஷ் பிரேதன் இன்று தன்னைச் சூழ்ந்துள்ள தனிமையை எப்படி எதிர்கொள்கிறார்?

வேணாம். வேணாம். வலிக்குது. அழுதுருவேன்.

பகுதி - 3

மனிதர்களுக்கு அவர்களின் மகிழ்ச்சிக்குரிய உடம்பு மீட்டுக் கொடுக்கப்பட வேண்டும்!

நேர்கண்டவர்கள்

● வெய்யில் ● விஷ்ணுபுரம் சரவணன்

நவீனத் தமிழ் இலக்கியத்தில், மிகத் தீவிரமாகவும் தொடர்ச்சியாகவும் இயங்கிவருபவர் ரமேஷ் பிரேதன். கவிதை, சிறுகதை, நாவல், கட்டுரை, நாடகம், மொழிபெயர்ப்பு எனப் பல தளங்களில் விரிவாகவும் நுட்பமாகவும் புதுமைகளை எழுதிப் பார்த்தவர். பிரேமுடன் இணைந்து 21 நூல்களை எழுதிய ரமேஷ் பிரேதன், கவிதை, நாவல் வகைமைகளில் 12 நூல்களைத் தனித்தும் எழுதியுள்ளார். பக்கவாதத்தால் பாதிக்கப்பட்டுள்ளவருக்கு இன்று தமிழும் இலக்கியமுமே காலமும் வெளியுமாக இருக்கின்றன. பாண்டிச்சேரியில் உள்ள அவரது வீட்டிற்குச் சென்று சந்தித்தோம். சுவரில் சட்டகமிடப்பட்ட ஓவியங்களிலிருக்கும் வள்ளலாரையும் பாரதியையும் 'தனது அறைத்தோழர்கள்' என்று அறிமுகப்படுத்துகிறார். மனநோயர் காப்பகத்தில் பின்காலனிய நாட்டின் கவிஞன் என்று கவிதை எழுதிய ஒருவனை, சுதந்திர தினத்தன்று சந்திக்க வந்திருக்கிறீர்கள்... என மலர்ந்து சிரிக்கிறார் ரமேஷ். முற்பகல் தொடங்கி, பொழுது அந்தியாகும் வரை உரையாடிக் கொண்டேயிருந்தோம்...

? ஒரு முழுநேர எழுத்தாளராக, உடல்நிலை நிர்பந்தத்தால் இன்றைக்குப் பெரும்பாலும் ஓர் அறைக்குள்ளாகவே வசிப்பவராக, உங்களின் ஆகப்பெரும் புழங்குவெளி என்பது மொழிதான். மொழி, உங்களுக்கு என்னவாக இருக்கிறது? மொழிக்கும் உங்களுக்குமான உறவு எப்படியானது?

எனக்கு முதலில் அறிமுகமான அறிவே மொழிதான். நான் உடம்பால் ஆனவன். உடம்பாலான பிற மனிதர்களை நான் என் மொழியால்தான் தொடர்புகொள்கிறேன். என் ஐம்பத்தைந்து ஆண்டு வாழ்க்கையில், வெகு சிலரை மட்டுமே நான் என் உடம்பால் தொடர்புகொண்டிருக்கிறேன். மற்றவர்களை மொழியால் மட்டுமே தொடர்புகொள்கிறேன். மொழியால், அவர்கள் உடம்புக்குள் நுழைந்து அவர்களின் ஆன்மாவைத் தொடுகிறேன். அவர்களும் மொழியின் வாயிலாகவே என் ஆன்மாவைத் தொடுகிறார்கள். ஒரு துணியை நெய்வதுபோல ஊடுபாவாக மனிதர்களை மொழிதான்

பின்னிக்கொண்டிருக்கிறது. எனக்கு முதலும் கடைசியுமாக இருக்கிற ஒரே அலகும் வெளியும் மொழி மட்டும்தான். இறுதியில் என் உடம்போடு அழியப்போகிற ஒன்று இருக்குமெனில், அது என்னில் இயங்கும் என்னை இறுதிவரை இயக்கும் மொழிதான். சுருக்கமாகச் சொன்னால், நான் ஓர் எளிய மொழியுயிரி.

பொதுவாகச் சொல்லப்படுவதுபோல, மொழி என்பது வெறுமனே தகவலையும் உணர்வையும் கடத்துகிற கருவி மட்டுமன்று. மொழியே உணர்வு. மொழியே நான். என்னிடமிருந்து மொழியை எடுத்துவிட்டால், மிஞ்சுவது ஒன்றுமில்லை. ரமேஷ் என்பது எலும்பும் தசையும்கொண்டு சமைந்த வெறும் உடம்பு. இந்த உடம்பைப் பொருண்மை செய்வது மொழிதான். என் பெரும்பான்மையான இயங்குதளம் அறிவென்றால், அந்த அறிவு, மொழியால்தான் கட்டமைக்கப்பட்டிருக்கிறது. மொழியை மீறி அறிவு செயல்படாது. விஞ்ஞானியின் அறிவாகட்டும், கவிஞனின் அறிவாகட்டும் மொழி வழியாகவே சாத்தியமாகியிருக்கிறது. மொழியைத் தாண்டி ஒருவரால் சிந்திக்கமுடியாது. சிந்தனை என்பதே மொழிதான். நாம் எல்லோருமே மொழி உயிரியாகத்தான் இருக்கிறோம். பைத்திய நிலையிலும் மனிதன் சிந்திக்கிறான், அதற்கொரு மொழியிருக்கிறது. அம்மொழியின் அர்த்த தர்க்கத்தை உங்களால் புரிந்துகொள்ள முடியாமல், தொடரமுடியாமல் போகலாம். ஆனாலும் அம்மனதிலும் மொழி செயல்படுகிறது. தமிழ், ஆங்கிலம், பிரெஞ்சு எனச் சில மொழிகளில் நான் இயங்கினாலும், என் வாழ்வின் எல்லாமுமாகி நிற்கும் அதிசயம் தமிழ்தான். 'யாதுமாகி நின்றாய் காளி' என்றானல்லவா ஒரு கவி, அந்த உருவக நிலையில் எனக்கு எல்லாமுமாகி நிற்கும் காளி, தமிழ்தான்.

மொழி, பொதுவானதுபோலத் தோன்றினாலும் ஒவ்வொரு தனி மனிதரின் மொழியும் பிரத்யேகமானதுதான். ஒவ்வொருவரது தனிப்பட்ட சொற்சேகரமும் பயன்படுத்தும் விதமும் அம்மொழியில் வெளிப்படும் அரசியல் மற்றும் கருத்து நிலைகளும் தனித்துவமானவையே. சிலர், அரசியல் சரிநிலைச் சல்லடையில் சொற்களைச் சலித்துவைத்திருப்பதை அவதானித்திருக்கிறேன். ரமேஷ் பிரேதனின் மொழியைப் பற்றிச் சொல்லுங்கள்...

மொழி என்பது ஒரு பன்னாட்டு அறிவு முனையம். 'எனக்குத் தமிழறிவு மட்டும் போதும், மற்றவற்றை ஒதுக்குகிறேன், ஒவ்வாமையாக இருக்கிறது' என்று விலகி நின்று எதையும் நாம் உருவாக்க முடியாது. நமது 'திருக்குறள்'கூட பன்முனைப்

பண்பாட்டு முனையம்தான். இந்திய மரபில் மூத்த பனுவலாகச் சொல்லப்படும் 'ரிக்' வேதம்கூடப் பல பண்பாடுகளுடைய குவிமையமாகத்தான் இருக்கிறது. அது, '*Let noble thoughts from everywhere*' என்றுதான் சொல்கிறது. பாரதியும்கூட, 'சென்றிடுவீர் எட்டுத் திக்கும் கலைச்செல்வங்கள் யாவுங் கொணர்ந்திங்கு சேர்ப்பீர்' என்கிறான். சுயம்புவாக ஒருபடித்தான பனுவல் என்பதோ, அறிவு என்பதோ ஒருபோதும் சாத்தியமேயில்லை.

எனக்குள் பல்வேறு கால அடுக்குகள் செயல்படுகின்றன. என் மூளை என்பது ரமேஷின் மூளை இல்லை. அது ஐந்தாயிரம் ஆண்டுப் பழைமையானது. அத்தனை கால அடுக்குகளின் நினைவுகளைச் சுமந்துகொண்டிருக்கிறது. அகழாய்வுகள் வழியாகப் புதிய புதிய கண்டுபிடிப்புகள் நிகழும்போது, ஏற்கெனவே என் மூளைக்குள் அவை சேகரமாகியிருப்பதைக் கண்டறிந்து, பெயரிடுவது மட்டும்தான் என் வேலையாக இருக்கிறது. நான் என்பது ஒருமை இல்லை; பன்மை. நான் என்பது காலத்தின் நீட்சி. தமிழ் ஒரு செவ்வியல் மொழி என்றால், நான் ஒரு செவ்வியல் உயிரி. என் மொழியும் அறிவும் மிகப் பழைமையானவை. என் மரபணுக்களைத் தோண்டிச்சென்றால், அவை உலகின் திசைகளில் எங்கெங்கோ பரவியிருக்கின்றன. ஐந்தாயிரம் ஆண்டுப் பழைமையான மரபணுக்கள் என் உடம்புக்குள் உயிர்ப்போடு செயல்பட்டுக் கொண்டிருக்கின்றன. நீங்கள் குறிப்பிட்டீர்கள், ஓர் அறைக்குள் அடைந்துகிடக்கிறேன் என்று; ஆனாலும், மொழி வழியாக என் வேர்கள் எல்லாத் திசைகளிலும் பயணித்துக்கொண்டு தானிருக்கின்றன. ஒவ்வொரு உடம்பும் ஒவ்வொரு மொழியும் பன்னாட்டு முனையம்தான். உடம்பை ஒரு வர்ணத்துக்குள் சாதிக்குள் ஒடுக்கலாம்; அறிவை ஒடுக்கித் தூய்மை பாராட்ட முடியாது. அறிவு பலபட்டறை; அங்கு தீண்டாமை ஒதுக்குதல் இல்லை. ஈயத்தைக் காய்ச்சி யார் காதிலும் இனி ஊற்றமுடியாது.

வர்ணாசிரமத்துக்குள் செயல்படுகிற தன்னிலையால் எந்தச் சூழலிலும் ஆன்மிகத்தால் விளைகிற உச்ச சிலிர்ப்பை (*Jouissance*) அடையவே முடியாது.

மொழியைப் பற்றிப் பேசும்போது, அதை நீங்கள் ஆன்மிகமயப் படுத்துகிறீர்களோ எனத் தோன்றுகிறது...

ஆன்மிகம் பற்றித் தனியாகப் பேசவேண்டும். அது தவறான புரிதலை நோக்கி இன்றைக்குப் போய்விட்டது. மொழி

பன்முகத்தன்மை கொண்டதுபோலவே ஆன்மிக மனம் என்பதும் பன்முகம் கொண்டதுதான். பன்முக மனிதன்தான் ஆன்மிக மனிதனாக இருக்கமுடியும். ஆன்மிகம் என்பது அறிவின் பெருவிழிப்பு, மதம் கடந்தது, கடவுள் கடந்தது. உச்சபட்ச ஆன்மிகவாதி நாத்திகனாகத்தான் இருப்பான். மார்க்ஸைவிடப் பெரிய ஆன்மிகவாதி யார்? மார்க்சியம் என்ற பொருள்முதல் வாதம் முன்வைக்காத ஆன்மிகத்தை எந்த மதம் முன்வைக்கிறது? ‘எல்லோருக்கும் எல்லாமும் கிடைத்தல் வேண்டும்’ என்பதைவிடப் பெரிய ஆன்மிகம் எது? அப்படிப் பார்த்தால் பொதுவுடைமைதானே உண்மையான ஆன்மிகம்.

இந்திய ஆன்மிகம் என்பது, போலியான ஆன்மிகம். இந்த வர்ணாசிரமச் சாதியச் சமூகத்தில், பொதுமனம் என்பதோ பொதுமனிதர் என்பவரோ இல்லாதபோது இங்கு ஆன்மிகம் எப்படி உருத்திரளும்? எனக்கான ஆன்மிகம் உங்களுக்கானது இல்லை. உங்களுடையது என் ஆன்மிகம் இல்லை. உங்கள் நம்பிக்கைக்கு எதிராக எனக்குள் நான் கொலைக்கருவியை மறைத்து வைத்துக்கொண்டு எப்படி ஆன்மிகம் பேசமுடியும்? இந்தியச் சமூகத்தில் ஆன்மிகம் என்ற அறிவுவிழிப்பு நிலைக்குச் சாத்தியமே இல்லை.

அப்படியானால் மொழி, ஆன்மிகத்தன்மை உடையது என்று நினைக்கிறீர்களா? கொஞ்சம் விரிவாகச் சொல்லுங்கள்...

ஆமாம். உச்சபட்ச ஆன்மிக வெளிப்பாடு என்பது மொழி வழியாகவே சாத்தியமாகும். உள்ளம் என்பது மொழியால் ஆனது. மூளை என்பது கொழுப்புப் பொருளாக இருக்கலாம். ஆனால், அதற்குள் எழும் சிந்தனை என்பது மொழி கட்டமைப்பதுதான். பலவிதக் காலவெளியைச் சார்ந்த கூட்டியக்கம் மொழி. பலவித மூளைகளின் அறிவுச்சங்கமமாக அதுமட்டுமே இருக்கிறது. உங்களுக்கும் எனக்கும் இடையில் மொழியைத் தவிர்த்து வேறெந்தப் பொதுமையும் கிடையாது. உடம்பு, நிறம், பணம், மதம், கடவுள் எதுவும் பொதுவாக இல்லை. மொழி தனது சேகரமாக அறிவை வைத்திருக்கிறது. அதனால், அறிவே பொதுவானது. நான் முன்பே சொன்னதுபோலப் பொதுவுடைமையைப் போலத் தனித்துவமான ஓர் உள்ளடக்கத்தை வேறெந்த ஆன்மிகம் வைத்திருக்கிறது? நான் பொதுவானவனாக இருந்தால் மட்டுமே நல்ல ஆன்மிகவாதியாக இருக்க முடியும். யானையின் வழித்தடத்தை மறித்து ஆசிரமம் அமைப்பவனும், பிராய்லர் கோழிப்பண்ணை போல ஒரே

சீருடையில் ஒரே வயதில் பெண்களை அடைத்து வளர்த்து ஆசிரமம் நடத்துபவனும் இங்கே ஆன்மிகவாதிகள். அடிப்படையில் இங்கே பொதுக்கடவுளே இல்லாதபோது நல்ல ஆன்மிகம் எப்படி இருக்க முடியும்? சமூகம் ஒரு பொதுமனிதரை உருவாக்காதபோது, அங்கே எப்படி ஆன்மிகம் சாத்தியமாகும்? எல்லோருமே இங்கு மதம் சார்ந்த ஆன்மிகவாதியாகத்தான் இருக்கிறார்கள். உண்மையான முழுமையான ஆன்மிகம் என்பது, மதம் கடந்தது. அதற்கும் கடவுளுக்கும் சம்பந்தமே இல்லை. பெரியாரைவிடப் பெரிய ஆன்மிகவாதி என்று வேறு யாரைச் சொல்ல முடியும்? வர்ணாசிரமம் வேண்டாம் என்று சொல்வதுதானே சிறந்த ஆன்மிகம். புத்தரும் அம்பேத்கருமே எனது அறிவுவழி நின்ற ஆன்மிக ஆசான்கள். வருணாசிரமத்துக்குள் செயல்படுகிற தன்னிலையால் எந்தச் சூழலிலும் ஆன்மிகத்தால் விளைகிற உச்ச சிலிர்ப்பை (Jouissance) அடையவே முடியாது.

நீங்கள் பின்நவீனத்துவவாதியாக உங்களை அடையாளப்படுத்துகிறீர்கள். அதேசமயம், பொதுமையான அறிவு, பொதுக்கடவுள், பொதுமனிதன் குறித்தும் பேசுகிறீர்கள். இது முரண்பாடாக இருக்கிறதே?

நான் ஒற்றைக் கடவுளையோ, ஒற்றை மதத்தையோ நோக்கிப் போகவில்லை. குறிப்பாக ஒருமையை நோக்கிப் போகவில்லை. எல்லாப் பன்மைகளும் வந்து குவிவதற்கான ஓரிடத்தை அனுமதிக்க வேண்டும் என்றுதான் சொல்கிறேன். பொதுமை வேறு; ஒருமை வேறு. இங்கே சமூகம் தன்னளவில் ஒருமையாக இருக்கிறது. வெளியிலிருந்து வரும் மற்ற ஒன்றை அனுமதிப்பதே இல்லை. எல்லோருமே கதவை மூடிவிட்டு, தன் அறைக்குள் முடங்கிக் கிடக்கிறார்கள். எல்லா மட்டத்திலும் ஒவ்வாமை இருக்கிறது. தன்னைத் தவிர்த்து எந்த அறிவையும் உள்ளே அனுமதிப்பதில்லை. அப்படியிருக்கும்போது, பொதுமை எப்படி வரும்? ஒருமை நோக்கிக் குவிவதல்ல பின்நவீனத்துவம். பலவிதப் பன்மைகளை அனுமதித்து, ஒரு மையத்தில் குவித்து அறிவது. தேவைப்படும்போது, அந்த மையத்தைச் சிதைப்பது. மையம் என்பது ஓரிடத்தில் நிற்காது; இயங்கிக்கொண்டே இருக்கும்.

பல அறிதல்களை நான் எனக்குள் கொண்டுவரும்போது, எல்லாவற்றையும் உள்வாங்கிக்கொண்டு மூடுண்ட இருப்பாக இருந்துவிடக் கூடாது. அது எனக்குள் மிகப்பெரிய அதிகாரத்தை உருவாக்கிவிடும். உள்ளே வருவதை அப்படியே மிச்சமற்றுச் செலவு செய்துவிட வேண்டும். அப்படி யாரும் செலவு

செய்வதில்லை. அறிவைச் செலவு செய்யாவிட்டால் பாசிசம் விளைந்துவிடும். அறிவார்ந்த மேலாதிக்கம் என்பது, அறிவைத் தனக்கு மட்டுமானதாகக் கொள்வதுதான். அறிவை உள்வாங்கி ஒரு புலனின்பமாக்கிக்கொண்டு அதற்குள் தேங்காமல் நகர்ந்துகொண்டே இருக்கவேண்டும். தேங்கும் நீரில் கொசுவும் தேங்கும்; அறிவில் மேலாதிக்கமும் உருவாகும். ஆம். ஓரிடத்தில் அடைபட்டுத் தேங்கி நின்றால் அங்கு பாசிசம் உருத்திரளும். இது அடிப்படை அறிதல். அறிவைக் கலைத்துப்போட்டுக்கொண்டே இருக்க வேண்டும். உங்களை நீங்களே மறுதலித்துக்கொண்டு செல்லும்போது, ஒரு கடவுள் எப்படி வரும்? ஒரு மொழி எப்படி வரும்? ஓர் இனம் எப்படி வரும்? நீங்கள் எப்படி ஒருமனிதராக மட்டும் இருப்பீர்கள். மனிதராகப் பிறந்து வாழ்ந்து, மனிதராக இறப்பதென்பது இயற்கை விதி. ஆனால், ஓர் உடம்பு இன்னோர் உடம்பில் கூடுபாய்வது, இன்னோர் உடம்பாக வாழ்ந்து பார்ப்பது ஓர் உருவகநிலை. உருவகநிலையைக் கலைத்துப்போட்டு மாற்றி அடுக்கிக்கொண்டே செல்லவேண்டும். அதைத்தான் இன்று கலை இலக்கியங்கள் சாத்தியப்படுத்துகின்றன. அந்த உருவகநிலையின் கொண்டாட்டத்தைத் தான் கவிதை இன்று முன்னெடுக்கிறது.

நீங்கள் இப்போதும் பின்நவீனத்துவவாதியா?

யார் ஒருவரும் பின்நவீனத்துவவாதியாக இருக்க முடியாது; யார் ஒருவரும் கம்யூனிஸ்ட்டாக இருக்க முடியாததைப் போல. நான் ஒரு பின்நவீனத்துவவாதி, கம்யூனிஸ்ட் என்று சொல்லிக்கொள்வது, நான் ஓர் ஆன்மிகவாதி என்று சொல்லிக் கொள்வதைப் போன்றது. ஒரு குறிப்பிட்ட அறிதல் முறைக்குள் அந்த அடையாளத்துக்குள் ஒருவர் முடங்கிவிட்டால், இயக்கமற்றுப் போய்விடுவார். கம்யூனிசத்திலிருந்து தாண்டிச் செல்வதுதான் கம்யூனிசத்தை அறிவதற்கான சிறந்த வழி. ஆன்மிகத்திலிருந்து தாண்டிச் செல்வதுதான் ஆன்மிகத்தை அறிந்துகொள்ளச் சிறந்த வழி. நமது நம்பிக்கைக்குரிய அறிதல் முறையின் போதாமையை நாம் உணரவேண்டும். பின்நவீனத்துவத்தின் மிகப்பெரிய அறிதல் முறைமை அதுதான். ஒன்றுக்குள் அடங்காமல், ஒன்றையொன்று கலைத்துப்போட்டுக்கொண்டு நகர்ந்துகொண்டேயிரு என்கிறது பின்நவீனத்துவம்.

போதாமையை உணர்ந்து நகர்வதுதான் பின்நவீனத்துவ அறிதல்முறை என்கிறீர்கள். அப்படியானால், பின்நவீனத்துவத்தின் போதாமை என்று நீங்கள் கருதுவது என்ன?

போதாமை எதுவுமே அதில் கிடையாது. ஏனென்றால், பின்நவீனத்துவம் என்பது அறிவுவங்கி (Knowledge Bank) இல்லை. சேகரிக்கப்பட்ட அறிவுப்பாதை. தொடர்ச்சியான அறிதல்முறை. பின்நவீனத்துவம் என்பது, அமீபாபோல் வடிவத்திற்குள் விளங்காத ஒருசெல் உயிர்ப் பொருண்மையாக இருக்கிறது. அதுதான் அதன் வெற்றி. விளங்கினால், அது உங்கள் கைக்குள் வந்துவிடும். கிணற்றை, குளத்தை, ஏரியை, ஆற்றை, வரையறுப்பதுபோல நீங்கள் கடலை வரையறுக்கமுடியாது. கடல் இயக்கமும் விரிவும்கொண்டது. குறிப்பாக அது எங்கும் தேங்குவதில்லை. தத்துவம், ஆன்மிகம் என்பனவும் அப்படித்தான், பெரும் சுழற்சியில் இயங்கிக்கொண்டேயிருக்க வேண்டும். அதை வரையறுத்து 'ஃபிரேம் ஒர்க்' செய்துவிட்டீர்கள் என்றால், அதற்குள் அதிகாரங்கள் செயல்பட ஆரம்பித்துவிடும். ஒன்றையொன்று தாண்டி, ஒன்றையொன்று கைவிட்டுப் போய்க் கொண்டேயிருக்க வேண்டும். கைக்கொள்ளுதல், கைவிடுதல்தான் இயங்கியல் அறிவு. கெட்டியாகப் பிடித்துக்கொண்டால் கைக்குள்ளிருப்பது ஆயுதமாகிவிடும். ஆனால், நாம் இந்தப் பயணத்தில் சுவடுகளற்றுப் போய்க்கொண்டே இருக்க வேண்டும். உண்மையில், பின்நவீனத்துவவாதி என்று யாரும் தன்னைக் கூறிக்கொள்ளமாட்டார்கள். இது பின்நவீனத்துவம் குறித்த எனது அறிதல்; இது எனக்கு மட்டுமேயான அறிவொழுங்கின் நிலை. இந்நிலை, பரிந்துரைப்பிற்கோ பிரசாரத்திற்கோ இல்லை. இதை யாரும் ஏற்றுக்கொள்ளமாட்டார்கள். எல்லாருக்கும் தன் இருத்தல் என்பது இங்கு அவசியமாக இருக்கிறது. எனது இந்நிலையை நீங்கள் மறுதலிப்பதில் எனது இயக்கம் தொடர்கிறது.

பின்நவீனத்துவத்தையும் ஆன்மிகத் தன்மையோடு விளக்குவது போலிருக்கிறதே...

ஆமாம். நான் மிகப்பெரிய ஆன்மிகவாதிதான். எனக்கும் மற்றோர் ஆன்மிகவாதிக்கும் இடையிலான வித்தியாசம் என்னவென்றால், நான் ஓர் ஆன்மிகவாதி என்பது எனக்குத் தெரிந்திருக்கிறது. நான் ஆன்மிகவாதி என்று எனக்குத் தெரிவதால், நான் அதை மறுதலித்துவிட்டு நகர்ந்து கொண்டேயிருக்கிறேன். வேறெந்த ஆன்மிகவாதியும் அப்படி வெளியேற நினைப்பதில்லை. சௌகர்யமாக அந்த ஆசனத்தில் அமர்ந்துகொள்கிறார். கை கால்களை நீட்டிப்போட்டு இளைப்பாறுகிற, பணம் கொழிக்கிற அற்புதமான இடம் அது. ராணுவம்கூட நுழையமுடியாத பாதுகாப்பான இடமும்கூட. எனவே, நான் அங்கிருந்து நகர்ந்து

செல்பவனாக இருக்கிறேன். இந்திய ஆன்மிகவாதிகள், கட்சி அரசியல்வாதி களைவிடக் கொடிய பாசிஸ்டுகள் (சிரிக்கிறார்)

பெரும்பாலும், பின்நவீனத்துவம் என்பது மொழி மற்றும் கலை இலக்கியத் தளத்தில் மட்டுமே விளைவுகளை ஏற்படுத்தியிருக்கிறது. அதற்கு வெளியே சமூகத்தில் அது என்ன மாதிரியான விளைவுகளை ஏற்படுத்தியிருக்கிறது? குறிப்பாகத் தமிழகத்தில், பின்நவீனத்துவத்தால் விளைந்த முக்கிய மாற்றங்கள் அல்லது நன்மைகள் என்று எவற்றைச் சொல்வீர்கள்?

நான் முன்பே சொன்னதுபோல, பின்நவீனத்துவம் என்பது தத்துவப் பள்ளியோ இயக்கமோ இல்லை; அது ஓர் அறிதல் முறை. அது இங்கு குறிப்பிடத்தக்க எந்தப் பெரிய மாற்றத்தையும் நிகழ்த்தவில்லை. பின்நவீனத்துவவாதி தன்னை மறுதலித்துப் போய்க்கொண்டேயிருப்பார். அதனால்தான், நான் என்னை போஸ்ட் மார்டனிஸ்ட் கிடையாது என்று சொல்கிறேன். ஏனென்றால், போஸ்ட் மார்டனிஸ்ட்டுக்கு வரையறையே கிடையாது.

ஒரு தத்துவம் அல்லது அறிதல்முறை, ஒரு மொழியில் அல்லது சமூகவெளியில் ஏதேனும் தாக்கத்தை ஏற்படுத்த வேண்டுமல்லவா? நன்மையோ, தீமையோ அதனால் ஏதேனும் ஒன்று விளைய வேண்டுமல்லவா?

நிச்சயமாக அப்படிச் சொல்ல ஒன்றுமில்லை. இங்கே யாரும் எதையும் உளப்பூர்வமாகச் செய்வதேயில்லை. எல்லாமே ஃபேஷனாகத்தான் இருக்கின்றன. இங்கேவந்து கோலோச்சி, சகல மட்டத்திலும் பரவியிருக்கிற சித்தாந்தம் என்றால், அது கம்யூனிசம்தான். ஆனால், ஒரு மனிதர் முழுமையான கம்யூனிஸ்டாக உருவாவது மிகப்பெரிய சவாலான விஷயமாக இருக்கிறதே. ஒரு முழுமையான கம்யூனிஸ்ட் உருவான சமூகத்தில்தான், ஒரு பின்நவீனத்துவவாதி உருவாகமுடியும். இது இன்னும் சோஷலிச சமூகமாகவே மாறவில்லைவே. கம்யூனிசச் சமூகத்தில்தான் நாம் பின்நவீனத்துவம் பற்றிப் பேசமுடியும். அப்போதுதான் ஒன்றைக் கலைத்து அடுக்குவது, தனிமனித நிலையிலும் சமூக நிலையிலும் அதிகாரமற்ற நிலையை உருவாக்குவது போன்ற பணிகளிலெல்லாம் ஈடுபடமுடியும். அதற்கான வழிமுறைகள் ஏதும் இங்கு இல்லை.

பின்நவீனத்துவம் குறித்து நாம் சில பாடங்களைப் படித்துக்கொண்டிருந்தோம். அவற்றில் புரிந்துகொண்டவற்றைக் கொண்டு சிலவற்றை எழுதிப் பார்த்தோம். இலக்கியவாதிகள் அதைக் கையாண்ட அளவுக்குக்கூட, தத்துவவாதிகள் அதைச்

சீண்டவில்லை. தமிழ்நாட்டில் தத்துவவாதிகளே இல்லையே. என்னளவில் நான் இலக்கியவாதிதான். என் தேடலில் இறுதியாகக் கிடைத்த சமூகத் தத்துவ அறிதல், கம்யூனிசம். அதிலும்கூட நடைமுறையில் அதிகாரம் செயல்படும்போது, கம்யூனிச இயக்கப் பாசிசத்தை நான் எதிர்கொண்டபோது, புத்த சமயத்தை நோக்கிப்போய் ஏதாவது கிடைக்குமா என்று தேடினேன். எதற்குள்ளும் அடங்காத அனார்க்கிக் ஸ்டேட் ஆஃப் மைண்ட் (Anarchic State of mind) பின்நவீனத்துவத்துக்குள் சாத்தியமாகிறது. எனவே நான் அதையும் உள்வாங்கிக் கொள்கிறேன்.

பின்நவீனத்துவம் என்பது தனிமனிதத் தேடல். அது எதற்குள்ளும் அடங்காது. அதனால், அதைச் சமூகத்துக்குப் பரிந்துரைக்கமாட்டேன். தனி மனிதர்களுக்கு மட்டுமே, குறிப்பாகக் கலைஞர்களுக்கு மட்டுமே அதை நான் பரிந்துரைப்பேன். கலைஞர்களால் சமூகத்தைக் கட்டமைக்கவே முடியாது. சமூகத்தைக் கட்டமைப்பவர்கள் அரசியல்வாதிகள். அரசியல்வாதிகளுக்குப் பின்நவீனத்துவம் ஒவ்வாது. அதனால், அவர்களுக்கும் அதைப் பரிந்துரைக்க மாட்டேன். கம்யூனிஸ்ட்டுகள், பின் நவீனத்துவத்தை முதலாளித்துவச் சார்பானது என்று புறந்தள்ளுவார்கள்; முதலாளித்துவவாதிகள், அதைக் கம்யூனிசச் சார்பானது என்று ஒதுக்குவார்கள். இடையில் அங்கும் இங்குமாய் பின்நவீனத்துவவாதி கிடந்து உருளுவார். இங்கு நாம் சமூகவியலுக்கும் தத்துவத்திற்குமான வேறுபாட்டை விளங்கிக்கொள்ள வேண்டும்.

மொழி கவிதையாகும் தருணத்தை முதன்முதலாக நீங்கள் உணர்ந்தது எப்போது?

தமிழ் மொழியே கவிதைதானே... ‘அம்மா’ என்ற சொல் வெறும் உறவுப்பெயர் மட்டுமா என்ன? அது ஒரு கவிதையல்லவா? ஒவ்வொரு சொல்லுமே உருவகம்தானே. தொன்மை மிகுந்த தமிழில் ஒவ்வொரு சொல்லும் பன்முகத்தன்மை கொண்டவை. ‘நாவாய்’ என்றொரு மூலத் தமிழ்ச்சொல் இருக்கிறது. பிரெஞ்சில் ‘நவிர்’ என்கிறார்கள். ஆங்கிலத்தில் ‘நேவி’ என்பார்கள். ‘நாக்கு’ என்ற வார்த்தையிலிருந்து இந்த வார்த்தை வந்தது. படகு, கலம், வல்லம் என்றெல்லாம் மாறி மாறி வருகிற இந்த வார்த்தையின் பயணம் எவ்வளவு நீண்டது பாருங்கள்... மொழியின் தொன்மை, அதன் வார்த்தைகளின் பயன்பாட்டு வடிவத்தில் எவ்வளவு தூரத்துக்குப் பரவியிருக்கிறது பாருங்கள்... சில சமயம் சில சொற்கள் அதன் பயன்பாட்டில் மொழி கடந்தும் நீட்சிபெறுவது

உண்டு. எந்தவொரு மொழியும் தன்னளவில் கவிதையாகத்தான் இருக்கிறது. நான் கவிதைக்கென்று தனியாக மொழிக் கட்டமைப்பை உருவாக்க முனைந்ததில்லை. கவிதைக்கெனப் புதிதாக மொழிப்பாடுகளை உருவாக்கச் சிரமப்படவில்லை. இயல்பாகவே நான் கவித்துவமானவன், என்னுடன் நெருக்கமாகப் பழகிய அனைவருக்கும் இது தெரியும்.

நான் கேட்பது, மொழியைக் குறித்து உங்களுக்குள் இவ்வளவு பிரக்ஞை உருவாவதற்கு முன்பாக, மொழி வழியே நீங்கள் கவிதையை உணர்ந்த அனுபவம் பற்றி... ஓர் ஆணோ பெண்ணோ பருவமடைந்துவிட்ட உடலை முதல்முறை உணரும் அனுபவம் இருக்கிறதல்லவா, அதுபோல...

(சிரிக்கிறார்) ரொம்பவும் உருவகமாகப் பேச வேண்டாம் என்கிறீர்கள். சரி, நான் எட்டாம் வகுப்பு படித்துக்கொண்டிருந்தபோது, பாரதியார் கவிதை நூல் ஒன்றை வாங்கிப் படித்தேன். பல பகுதிகள் புரியவில்லை. ஆனாலும், என்னை அக்கவிதைகள் வெகுவாக ஈர்த்தன. பாரதியின் மொழிவளமும் ஆளுமையும் என்னைத் தாக்கின. அந்த மொழிக்கு நான் அடிமையானேன், பாரதி எனக்குத் தெய்வம் ஆனான். பாரதியின் சொற்கள் எனக்குள் மிக அழுத்தமாகப் படிந்துவிட்டன. நான் பேசுவதில் சிந்திப்பதில் எழுதுவதில் பாரதியின் செழுமையான மொழி தொனிக்கத் தொடங்கியது. பாரதியைத் தாண்ட வேண்டும் என்கிற வெறி, பத்தாம் வகுப்பு படிக்கும் அச்சமயமே எனக்குள் வந்துவிட்டது. அதுதான் நான் மொழியைத் தீவிரமாக உள்வாங்கிக்கொண்ட காலகட்டம் என்று நினைக்கிறேன். அச்சமயம், சாதாரணப் பேச்சுவழக்கையே மிகச் சிரமப்பட்டுப் பேசும்படியாகிவிட்டது. இன்று வரைக்கும் பாரதிக்குள்தான் ஊடாடி ஊடாடிக் கிடக்கிறேன். என் தலைமாட்டில் இதோ அவன்தான் இருக்கிறான். சோர்ந்து போகும்போதெல்லாம் அவன்தான் என்னைத் தேற்றுகிறான்.

உங்களது முதல் புனைபெயர்கூட பாரதியைச் சேர்த்துதான் வைத்திருந்தீர்கள் அல்லவா?

ஆமாம். என் அப்பா பெயரான மருதமுத்துவிலிருந்து மருதுவை எடுத்துக்கொண்டு பாரதியைச் சேர்த்து, ‘மருதபாரதி’ என்று வைத்துக்கொண்டேன். இலக்கிய உலகிற்கு வந்துபார்த்த பிறகுதான் புரிந்தது, தடுக்கி விழுந்தால் ஏதாவது ஒரு பாரதிமீதுதான் விழவேண்டும் என்று. உடனே, ‘வானநேசன்’ என்று பெயரை மாற்றிக்கொண்டேன். அது மேநிலைப் பள்ளிப் பருவம். உள்ளூர்ப்

பத்திரிகையில் அப்பெயரில் சில விருத்தப்பாக்கள் வெளிவந்தன. அப்போதே நானொரு வெண்பாப் பன்றி. இப்போது 'ரமேஷ் பிரேதன்' என்று மிஞ்சியிருக்கிறேன். சரி பிரச்னை தீர்ந்ததா என்றால், இல்லை. வீட்டுக்கு ஒரு மரம் வளர்வதுபோல தமிழ் நாட்டில் வீட்டுக்கு ஒரு ரமேஷ் வளர்கிறான். முகநூலைத் திறந்தால், எத்தனை கோடி ரமேஷ்கள் இறைவா இறைவா (சிரிக்கிறார்).

எட்டாம் வகுப்பிலிருந்து பாரதியைப் படித்துக்கொண்டிருக்கிறீர்கள். இன்றைக்கும் உங்கள் தலைமாட்டில் பாரதியை வைத்துக்கொண்டிரு க்கிறீர்கள். பாரதி உங்களுக்குத் திகட்டவே இல்லையா?

பாரதியை அவன் வாழ்ந்த காலத்தில் வைத்துத்தான் மதிப்பிடுவேன். ஆச்சர்யமாக இருக்கிறது, பாரதி ஒரு சுரங்கம்... இன்னும் நானூறு ஐந்நூறு ஆண்டுகள் கழித்து, திருக்குறளைச் சொல்வதுபோல, 'பாரதி என்பவர் ஒருவர் இல்லை. பலபேர் எழுதிய கவிதைகளின் தொகுப்புதான் பாரதி கவிதைகள்' என்று சொல்லக்கூடும். அவ்வளவு பரிமாணங்கள் அவன் கவிதைகளில்... புதிய கோடாங்கியின் 'நல்லகாலம் வருகுது; நல்லகாலம் வருகுது' என்ற குரலும், 'எந்த நேரமும் நின் மையல் ஏறுதடீ. குறவள்ளி' என்ற குரலும் 'வீணையடி நீ எனக்கு மேவும் விரல் நானுனக்கு' என்ற குரலும் வேறு வேறாக இருக்கின்றன. இத்தனை வேறுபாடுகளையும் முப்பத்து ஒன்பது வயதுக்குள் சாத்தியமாக்கியது, குறிப்பாக புதுச்சேரியில் இருந்த பத்தாண்டுக்குள் பசி பட்டினியில் உழன்றுகொண்டே எழுதிக் குவித்தது அதிசயம்தான்.

மொழியில் எப்போதேனும் மாபெரும் வெடிப்பு நிகழும். அந்த வெடிப்பு, பாரதியின் வழியாக நடந்திருக்கிறது. பாரதியைப் பார்த்துவிட்டு பலரும் அப்படி முயன்று பார்த்தார்கள். நிலைக்க முடியவில்லை. பெருவெடிப்புகள் தானாக நிகழவேண்டும். அடுப்பை வேண்டுமானால் நாம் உருவாக்கலாம், எரிமலைகளை உருவாக்க இயலாது.

பாரதியை முன்னிட்டு அல்ல, பொதுவாகவே கேட்கிறேன். இப்படியான பெரும் கலைச்சாதனைகளை மனித ஆளுமைக்கு அப்பாற்பட்ட ஒன்றாக மர்மப்படுத்துவது பிரச்னை இல்லையா?

உண்மையில் அது பிரச்னைதான். ஆனால், உண்மையான கலை உள்ளம் இதை அறியும். இலக்கியத்தை அறிவியல் பார்வையில் முழுமையாக விளக்குவது, புரிந்துகொள்வது சிக்கலானது.

இன்றைக்கு இலக்கியம் குறித்த புரிதல், 'இந்தப் பிரதியால் நிகழ்ந்துள்ள சமூகப் பயன்பாடு என்ன?' என்று கேட்பதாகத்தான் இருக்கிறது. இந்தச் சமூகத்துக்கு ரமேஷ் தன் கலைச்செயல்பாட்டின் வழியாக என்ன செய்தான் என்பது கேள்வியாக இருக்கிறது. உண்மையில் கலையால் எதையும் உருவாக்கிடவோ கலைத்திடவோ முடியாது. சமூகத்தின் ஒரு கூறு மட்டும்தான் கலை. கலைஞனால் ஏதோ பெரிய சமூக மாற்றம் நிகழ்ந்துவிடும் என்பதைப்போல ஏன் கலைஞனுக்குக் கோயில் கட்டிக் கும்பிடப் பார்க்கிறீர்கள்? கலையால் ஏதும் நிகழப்போவதில்லை. ரமேஷ் கவிதை எழுதுவான். அவன்பாட்டுக்கு எழுதிக் கொண்டிருப்பான். சோழராஜனைப்போல அவனால் கத்திச்சண்டையெல்லாம் போட்டு, கடாரத்தை வென்றெடுத்து வரமுடியாது. கலையாலோ, கவிதையாலோ ஒரு சமூகப் பயன்பாடும் கிடையாது. நான் ஒரு சிற்பத்தை வடித்துவைத்தால் அதைப் பாருங்கள்; ரசியுங்கள். அது உங்களுக்கு உவப்பாக இல்லாவிட்டால் அதன் மூக்கை உடையுங்கள். சிலையைச் செதுக்கி வைப்பதற்கான மனம் எப்படிச் சமூக விளைச்சலோ அதைப்போல அந்தச் சிற்பத்தை ஊனப்படுத்துவதும் சமூக விளைச்சல்தான். இரண்டுக்கும் இடமிருக்கிறது. கலையையோ கவிதையையோ மர்மப் படுத்துவதோ புனிதப்படுத்துவதோ என் நோக்கமல்ல. என் கவிதையைக் கிழித்துப் போடுபவனுக்கும் என் குழாத்தில் இடமிருக்கிறது. என்னை மறுதலித்துவிட்டு நீங்கள் போய்க்கொண்டேயிருக்கலாம். பாரதியையும்கூட நீங்கள் மறுதலிக்கலாம். ஒரு பிரச்னையுமில்லை!

? மனித அகத்தைப் பண்படுத்துகிற குணம் கலைக்கு இருக்கிறதல்லவா? அது கலையின் பயன்பாடு ஆகாதா?

நிச்சயமாக மனித அகத்தைக் கலை பண்படுத்தவே செய்யும். கலையால் கொலை செய்யமுடியாதுதான். ஆனால், தற்கொலைக்குத் தூண்ட முடியும். கலையின் சமூகப் பயன்பாட்டை அரசியல் மயப்படுத்தி, அதன் ஆன்மிக மதிப்பை வெளியே எடுத்து 'என்ன பயன்... என்ன செய்தாய்...?' என்று கேட்கும்போது கலைஞர் மனச்சிதைவுக்கு ஆளாவார். அப்படித்தான் படைப்பாளி மனநோயாளியாக மாறுகிறார். எந்தக் கலைஞரையும் எந்த ஒரு சமூகமும் தூக்கிக் கொண்டாடாது. அரசியல் செயல்பாடுகளில் இயக்கத்தோடு முன்னிற்பவர்கள் அப்படிக் கொண்டாடப் பட்டிருக்கிறார்கள். அவர்களும் மற்றொரு தரப்பால் வெறுக்கவும் கொல்லவும்பட்டிருக்கிறார்கள். இதுதான் யதார்த்தம். இது

இப்படித்தான் நிகழ்ந்துகொண்டே இருக்கும். கலையின் சமூகப் பயன்பாடு குறித்துக் கவலைப்படும் கலைஞர் மனச்சிதைவுக்கு ஆளாவார்.

? நீங்கள் எழுதவந்த காலகட்டத்தில், இலக்கியச் சூழலில் நிறைய போதாமைகள் இருந்ததாக அப்போதைய ஒரு நேர்காணலில் குறிப்பிட்டிருக்கிறீர்கள். நீங்கள் எழுதவந்து 33 ஆண்டுகள் ஆகிவிட்டன. இன்றைக்கு நிலைமை எப்படி இருக்கிறது?

போதாமைகள் தொடர்ந்து இருப்பவைதானே! 'ஒரு நாள் உணவை ஒழி என்றால் ஒழியாய் / இரு நாளுக்கு ஏல் என்றால் ஏலாய்' என்பதுதானே. அது வெறும் பசியை வைத்து மட்டும் பாடியதா என்ன? என்றைக்கும் வெற்றிடம் இருக்கத்தான் செய்யும். ஒவ்வொரு கலைஞனுக்குள்ளும் ஒரு வெற்றிடம் இருக்கவே செய்யும். ஆயிரக்கணக்கான பக்கங்கள் எழுதிய ஜெயமோகனிடம் வெற்றிடம் இல்லையா என்ன? இருக்கும். அதனால்தான், அடுத்ததாக ஐந்து பக்கத்தில் ஒரு சிறுகதையையும் எழுதிப் பார்க்கிறார். வெற்றிடம் தொடர்ந்து இருக்கும்வரைதான் ஆக்கபூர்வமான படைப்புச் சூழலும் படைப்பு மனமும் இருக்கும். அன்றைக்கு உணர்ந்தது போலவே இன்றும் போதாமைகளை உணர்கிறேன்.

ஆனால், அன்றைவிட இன்றைக்கு ஏராளமான புதிய எழுத்தாளுமைகள் உருவாகியிருக்கிறார்கள். முப்பது ஆண்டுகளுக்கு முன் இவ்வளவு பேர் எழுதவில்லை. அதற்கான வசதி வாய்ப்புகளும் இல்லை. படைப்புச் சூழலுக்குள் அதிக குழுவாதமும் வட்டார மனப்பான்மையும் இருந்தது. ஒரு படைப்பை சிறுபத்திரிகைக்கு அனுப்பிவிட்டு, அது வெளியாகுமா ஆகாதா என்று அன்றைப்போல இன்றைக்குக் காத்திருக்க வேண்டியதில்லை. காலையில் ஒரு கவிதை எழுதி அதை முகநூலில் ஏற்றினால், மதியத்துக்குள் நூறு பேர் வாசித்துவிடுகிறார்கள். அதில் 60 பேர் விருப்பக் குறியிடுகிறார்கள். சிலர் இதயக்குறிகூடத் தருகிறார்கள். இன்று எழுத்தாளருக்கும் வாசகருக்கும் கால இடைவெளி இல்லை.

? நீங்கள் எழுதவந்த புதிதில் பிரசுரப் பிரச்னைகளைச் சந்தித்தீர்களா?

சந்தித்தீர்களாவா...? எழுதிய பல புத்தகங்கள் இன்றுவரை வெளிவராமலே போய்விட்டதே. 'மூன்று சிகரெட்டுகளும் ஒற்றை மரணமும்' என்ற நாவல் வெளிவர வாய்ப்பற்று மேலட்டை மட்டும் அச்சாகி ரொம்ப நாள் இருந்தது. ஒருகட்டத்தில் கிழித்தெறியப்பட்டது.

இன்றைக்குத் தமிழ் இலக்கிய உலகில், சிறுபத்திரிகைதன்மை உயிர்ப்போடு இருப்பதாகக் கருதுகிறீர்களா?

நான் சிறுபத்திரிகைகளின் வாயிலாக இயங்கும் எழுத்தாளன்; அந்நிலையைத் தாண்டி அறியப்படுபவன் அல்லன். கல்வியாளர் புழங்கும் வெளிகளிலும் என் எழுத்துகள் அறிமுகமானதில்லை. குறிப்பாக, நான் பொதுவாசகர்களுக்கானவன் அல்லன். என் எழுத்துகள் ஒருபோதும் வெகுமக்களால் அறியப்படும் அதிசயம் நிகழாது. யாரோ ஒருவர் என்னைத் தேடிவந்து தன்னை அறிமுகப்படுத்திக்கொண்டு, தான் வாசித்த என் நூல்களைச் சொல்லி அவை குறித்த பேச்சைத் தொடரும்போது, ஏதோவொரு வேற்றுக்கிரகவாசியோடு உறவாடுவதுபோல உணர்கிறேன். எனது முதல் எழுத்து அச்சாகி வெளிவந்து 33 ஆண்டுகள் ஆகின்றன. என் நூல்கள் அதிகபட்சம் 300 படிகளும் குறைந்தபட்சம் 50 படிகளும் அச்சாகின்றன. காரணம், அவை சிறுபத்திரிகைக்காரர்களால் வெளியிடப்படுபவை. அவர்கள் தங்கள் மனைவியரின் கழுத்தணியை விற்றுப் பத்திரிகையைக் கொண்டுவரும் இலக்கியத் தீவிரவாதிகள். இவர்களால் மட்டுமே என்னைத் தாங்கிப்பிடிக்க முடிகிறது. 'மணல்வீடு', 'நடுகல்', 'சிறுபத்திரிகை', 'இடைவெளி', 'சிலேட்', 'கல்குதிரை', 'கொம்பு', 'உன்னதம்' என ஒரு மாற்றுவெளி தொடர்ந்து கைக்கொள்ளப்பட்டு வருகிறது. நான் உட்பட பத்திரிகை தொடங்காத எழுத்தாளரைச் சந்தித்ததில்லை. இச்சமூகத்தில் கடைசியாக இருவர் மீந்தால், அதில் ஒருவர் பத்திரிகை நடத்துவார்.

முகநூல் போன்ற சமூக ஊடகங்கள் படைப்புத் தீவிரத்தை நீர்த்துப்போகச் செய்கின்றனவா?

அப்படிச் சொல்ல முடியாது. நான் முகநூலுக்கு வந்து இருபது மாதங்களாகின்றன. வெளிவந்த, வெளிவரப்போகும் படைப்பிலக்கியங்களை மட்டுமே பதிவிடுகின்றேன். அக்கப்போருக்கு அறைகூவல் விடுவார்கள்; ஈவ்டீசிங் செய்யும் குழுவினரிடமிருந்து விடுவிடென விலகிச் செல்லும் பெண்ணைப்போலக் குனிந்த தலை நிமிராமல் அந்த இடத்தைக் கடந்துவிடுவேன். என் நட்பு வட்டம் நாளுக்கு நாள் விரிவடைகிறது. பலவகைப்பட்ட அறிவுஜீவிகளின் நெரிசலை முதன்முதலாய் எதிர்கொள்கிறேன். இது பன்னாட்டு முனையம். பன்னாட்டுப் பண்பாட்டு முனையமாகவும் மாறிக்கொண்டுவருகிறது.அகிலம் தழுவிய அறிவார்ந்த சூழலை உருவாக்குகிறது. சாதி மத வர்க்கச் சுவர்கள், பெர்லின் சுவர்போல் இடிகின்றன. முகநூல் வெளியில்

தும்பைக் காட்டில் வண்ணத்துப்பூச்சி போல் என்னை உணர்கிறேன். பெண்கலைஞர்களுக்குத் தடையற்ற புழங்குவெளி உருவாகிறது. இந்த ஊடகவெளியைக் கட்டிக்காக்க வேண்டும். ஆம், விட்டு விடுதலையாகி நிற்க ஒரு வெளி.

? சமீப காலங்களில் உங்களுடைய நூல்களை மறுவாசிப்பு செய்து பார்த்ததுண்டா? வாசிக்கும்போது என்ன மாதிரி உணர்ந்தீர்கள்?

அடிக்கடி என் படைப்புகளை வாசிப்பது, என்னை மீள்பார்வை செய்துகொள்வது போன்ற ஒரு செயல். பொதுவாக, சொந்த வாழ்க்கை நடைமுறைகளையோ மற்றவர்களின் வாழ் நிகழ்வுகளையோ எழுதுபவன் அல்லன். காலவோட்டத்தில் கடந்து போகக்கூடிய மறந்துபோகக்கூடிய நிகழ்வுகளைப் பொருட்படுத்திப் படைப்புகளாக மாற்றியதில்லை. அதிபுனைவுகளையும் நுண் அரசியல் விவாதங்களையும் கட்டமைப்பதாகவே அன்றும் இன்றும் எனது படைப்புகள் இருக்கின்றன. எனக்கு முதல் வாசகன் நான்; இறுதி வாசகர் காலத்தில் பிறந்துகொண்டேயிருப்பார். காலந்தோறும் மாறுபடும் வாசிப்பில் பிரதியானது வகைவகையாகப் பல்கிப்பெருகுவதே அதன் இயங்கியல். பிரதியில் கடைசிப் பக்கம் இருக்கிறது; வாசிப்பில் அது இல்லை. இது பிரதிப் பொருண்மையின் இயங்கியல்.

? புனைவு சார்ந்து நிறைய பரிசோதனை முயற்சியில் ஈடுபட்டவர் நீங்கள். அவ்வளவு வடிவசோதனைக்கான சிந்தனையை, கற்பனையை எங்கிருந்து எப்படிப் பெற்றீர்கள்?

நான் கருவிலேயே திருவுடையவன் அல்லன்; கருவில் திருதிருவென்று முழித்தவன். என் அம்மா கருவிலேயே என்மீது கொலைமுயற்சியை மேற்கொண்டார். எட்டாம் பேறு பெண்ணாகப் பிறந்தால், மருத்துவமனையிலேயே கைவிடத் திட்டமிட்டிருந்தார். இடுப்புக்குக் கீழ் தொங்கிய மாவடு என் வாழ்க்கையை நீட்டிக்க உதவியது. அம்மா ஃபிரெஞ்சு குடும்பத்தைச் சார்ந்தவர்; அவர் வழியாகத்தான் அம்மொழிமீது எனக்கு கவனம் குவிந்தது. அம்மா கவித்துவமான துறவு மனம்கொண்டவர். அவருடைய கைப்பிள்ளையாகவே வளர்ந்தேன். இந்த 55 அகவையிலும் அம்மாவின் வாசனையை ஞாபகம்கொண்டு மனம்கொள்ள முடிகிறது. வாசித்துத் தீராத நாவல், அம்மாவே எனது எழுத்தின் ஆணிவேர். அம்மாவை எழுதிப் பார்ப்பதைத் தவிர்க்கும் எத்தனிப்பிலேயே வேறுவகையாய் எழுதிப் பார்க்கிறேன்.

அம்மாவைத் தொடர்ந்து என் வாழ்வில் வந்துசென்ற பெண்களால் நான் வளர்த்தெடுக்கப்பட்டவன். ஐந்து வயதிலிருந்து அந்தந்த வயதுப் பெண்களால் வடிவமைக்கப்பட்டேன். எல்லோருடைய பெயரும் முகமும் காலவரிசைப்படி நினைவில் அடுக்கி வைத்திருக்கிறேன். இன்றுவரை என் உடம்பில் ஊறுவது பெண்பால் குருதி. எனது வார்த்தைகளை நசுக்கி முகர்ந்தால் புதினா மணம்போல் பெண்வாசனை தனித்துவமாய்க் கமழும். என் உடம்பு ஒரு பெண்ணால் ஆனது; என் எழுத்துகள் பல பெண்களால் ஆனவை. என் வாழ்வில் பெண் இருக்கும்வரை என் எழுத்து தேங்கி வற்றாமல் சுரக்கும். 'பெண்மை வாழ்கவென்று கூத்திடுவோமடா' என இதைத்தான் என் ஆசான் கொண்டாடு கிறானோ.

தமிழ்ப் புனைவுலகு இன்றைக்கு மீண்டும் எதார்த்தவாதத்திற்கே சென்று சேர்ந்திருப்பதை எப்படிப் பார்க்கிறீர்கள்?

இரண்டு பேர் தேநீர் கடையில் அமர்ந்து, அன்றைய செய்தித்தாளை வாசித்தபடி உலக நடப்புகள், நாட்டு நடப்புகள், ஊர் நடப்புகள், இருவரின் குடும்ப நடப்புகள் எனப் பேசிப்பேசித் தம்மைப் பற்றிய பேச்சின் புள்ளியில் குவிந்து, கைகலப்பில் ஈடுபட்டு ஒரு கொலையில் திகைத்து நிற்கும் 300 பக்க நாவலை ஓர் எதார்த்தக் கதையாகவும் மிகைஎதார்த்தக் கதையாகவும் மாயயெதார்த்தக் கதையாகவும் வாசிக்கலாம். ஒரு பனுவலின் தன்மை அதன் பொருள்கோள் முறையில் வேறுவேறாகப் பல்கிப்பெருகும். எழுதியவர் பிரதி, வாசிப்பவர் வழி மாறுபட்டு நிற்கும். எனவே எழுதியவர் பிரதியை அறுதியிட்டு ஒன்றில் பொருட்படுத்த முடியாது. எதார்த்தவாதம் பற்றி எனக்கு ஒன்றும் தெரியாது; பக்கவாதம் பற்றித் தெரியும்.

எந்த ஒரு பிரதியிலும், இருவரின் மூளை அல்லது மனம் ஈடுபடுவதும் இடையீடு செய்வதும் அப்பிரதியைப் பன்முகத்தன்மை கொண்டதாக, குறிப்பாகப் பின்நவீனத் தன்மையுடையதாக ஆக்குகிறது என்று முன்பு குறிப்பிட்டீர்கள். தனித்து எழுதிக்கொண்டிருக்கும் இந்தக் காலகட்டத்தில் அந்த 'ஸ்டேட்மென்ட்' குறித்த உங்கள் பார்வை என்னவாக இருக்கிறது?

இரண்டு பேர் இல்லை… பாரதி, கம்பன், வள்ளுவன், வள்ளலார், ஔவை… என்று இப்போது எனக்குள் பன்னிரண்டு பேர் இருக்கிறார்கள்; ஒவ்வொரு கண்டத்திற்கும் பத்துப் பேர் இருக்கிறார்கள். நான் வாசித்த, கேட்ட, அவதானித்த, எத்தனையோ பேரின் சொற்களை, வரிகளை நான் என் படைப்புகளில்

எடுத்தாள்கிறேனே. வள்ளுவன் எப்போதும் என் படைப்பில் இடையீடு செய்கிறான். ஓர் இலக்கியப் பிரதி, எப்போதுமே கூட்டுத் தயாரிப்புதான். என்னுடைய பெயரில் ஒரு பிரதி வெளியாவதால் அது என்னுடைய புத்தகமாகிறது. அவ்வளவுதான்! என்னைப் போலவே என் படைப்புகளும் ஒரு கூட்டுத் தயாரிப்பே.

? **நீங்கள் எழுதுவது வன்முறையின் அழகியலா?**

வன்முறையின் அழகியல் இல்லை; இது அழகியலின் வன்முறை. கடந்த 30 ஆண்டுகளில் கொஞ்சமாகவே எழுதப்பட்டுள்ளது. பதினான்கு கவிதைத் தொகுப்புகள், ஐந்து கதைத் தொகுப்புகள், ஐந்து நாவல்கள், மூன்று கட்டுரைத் தொகுப்புகள் மற்றும் பிற நூல்கள் என முப்பது படைப்புத் தொகைமை வாசிக்கக் கிடைக்கின்றன. ஏற்கெனவே நிலைபெற்ற ஒன்றை மீண்டும் எழுதுவது, தனியொருவர் தான் கடந்துவந்த கதையை எழுதுவது, கவித்துவ உணர்வெழுச்சியை தர்க்கக் கட்டமைப்பின்றி எழுதிச்செல்லும் முறைமை எனக்கு ஒவ்வாதவை. லூயிஸ் போர்கெஸ் கொஞ்சமாகத்தான் எழுதியிருக்கிறார். ஆனால், அவை புதிய கண்டுபிடிப்புகள். இவை அளவில் கொஞ்சமாக இருப்பினும் மிகப்பெரிய பாதிப்பை ஏற்படுத்தியவை. இன்று அகிலம்சார் கதைத் தொழில்நுட்பத்தை லூயிஸ் போர்கஸ் வடித்தெடுத்திருக்கிறார். அவர் வழியில், நான் வந்துநிற்கும் தமிழ் நிலத்தின் அறவியல், அழகியல், கவிதையியலை வரைந்தெடுக்கிறேன். திருக்குறள் இதற்கு அடிப்படைப் பனுவலாக உடன் நிற்கிறது. அழகியலின் பாசிசத்தையும் பாசிசத்தின் அழகியலையும் துறந்த தமிழ் பவுத்த அழகியல், அரசியல் பனுவல்களை எனது மொழிவழி ஒழுங்கில் கட்டமைக்கிறேன். பண்டிதர் அயோத்திதாசர் எனக்குப் பெரிதும் துணைநிற்கிறார்.

தமிழ் அறத்திற்கானது, பிரெஞ்சு கவிதைக்கானது. இந்த இரண்டு தன்மையும்கொண்டு 'திருக்குறள்' எழுதப்பட்டிருக்கிறது.

? **தமிழில் கொண்டாட்டத்திற்குரிய மகிழ்ச்சியான கவிதைகள் குறைவாக இருப்பதன் காரணம் என்ன? மகிழ்ச்சியை எழுதுவது அவ்வளவு சிரமமா?**

மகிழ்ச்சி, கொண்டாட்டம் என்றால் என்ன? நுணுகிப் பார்த்தால் ஆணுக்குப் பெண்ணின் உடம்பும், பெண்ணுக்கு ஆணின் உடம்பும்தான் மகிழ்ச்சி. என் அறிவுக்கு எட்டியவரை, காம நிகழ்த்துகலைதான் மானிடத்தின் முக்கியமான கொண்டாட்டம்.

இந்தக் கொண்டாட்டத்தைப் பற்றி எழுதினால்தான் எல்லோரும் பதற்றமாகி விடுகிறார்களே... அய்யோ இவன் உடம்பைப் பற்றி எழுதுகிறான் என்று ஒதுக்கிவைத்து விடுகிறார்களே? ஒரு பல்கலைக்கழகத்திற்குச் சிறப்பு விருந்தினராகச் சென்றால், மாணவிகள் ஒதுங்கிச் சென்றுவிடுகிறார்களே... இந்தச் சமூகம் காமத்தைக் கொண்டாட்டத்திற்குரிய ஒன்றாகக் கருதவில்லை. அப்படி நினைக்க அச்சப்படும் சமூகம், அதன்மீதான கவனத்தை ஈர்ப்பைத் தவிர்ப்பதற்காகவே சினிமா, கலைநிகழ்ச்சிகள், குடி, கூத்து, அரட்டை என மனிதரின் முன் கொண்டாட்டம் இதுதான் எனப் பாசாங்கு செய்கிறது. இப்படியான சமூகத்தில் மகிழ்ச்சியான படைப்புகள் எப்படி உருவாகும்?

நீங்கள் குறிப்பிடும் காமம், எல்லோருக்கும் பிடித்தமான ஒரு கொண்டாட்டமாகத்தானே இருக்கிறது. ஏன் அது ரகசியமாக்கப்படுகிறது; புனிதப்படுத்தப்படுகிறது; குறிப்பாக இந்தியச் சமூகம் ஏன் அதை ஒடுக்கவும் செய்கிறது?

காமத்தை ஒடுக்குபவை எவை? மதிப்பீடுகள்! மதிப்பீடுகளை உருவாக்குவது எது? சமூகம்! சமூகத்தைக் கட்டமைப்பவர்கள் யார்?

எல்லா விடைகளும் உங்கள் உள்ளங்கையிலேயே தரப் பட்டிருக்கின்றன. ஆனால், கொஞ்சம் பூடகமாக. சமூக நிறுவனம், ஒரு மனிதனை இயல்பிலிருந்து கீழாக்கம் செய்து கட்டுப்படுத்த, அவனுக்கு மூக்கணாங்கயிறு பூட்டும் விஷயமாகத்தான் காமத்தை விலக்கிவைக்கிறது. மனிதனின் காமத்தை ஒடுக்கி, மிக எளிதாக அவனை மனச்சிதைவுக்கு உள்ளாக்கலாம். அதைத்தான் இன்றைக்கு இந்தியச் சமூகம் செய்துகொண்டி ருக்கிறது. இதற்குள், சாதி, மத, வர்க்கக் காரணிகள் எனப் பல செயல்புரிகின்றன. ஆனாலும், ஓர் இயல்பான உணர்ச்சியை இவ்வளவு கொடூரமாகச் சித்திரிக்க முடிவது ஆச்சர்யமாகத்தான் இருக்கிறது.

இந்தியாவுக்குச் சுதந்திரம் கிடைத்த நாள் இன்று. நீங்களே சொல்லுங்கள்... என் இணையோடு இணைவதைவிடவும் இந்தச் சுதந்திரத்தை நான் எப்படிக் கொண்டாடுவது? உண்மையில், நமது உடம்பைப் பார்த்து நாமே அச்சப்படுகிறோம். நம் சமூகத்தில் எத்தனை பேர் தங்களின் முழுமையான நிர்வாண உடம்பைக் கண்ணாடியில் பார்த்திருக்கிறார்கள்/ பார்க்கிறார்கள்? பாலுறவு என்பது இருட்டில் நடக்கும் ஒன்று என்பதாகத்தான் எல்லோரும் புரிந்துவைத்திருக்கிறார்கள். இந்தியக் குடும்பங்களில்

கோடிக்கணக்கானவர்கள், தங்கள் இணையின் பிறப்புறுப்பைப் பார்த்திருக்க வாய்ப்பில்லை. இதுதான் நடைமுறை உண்மை.

அமெரிக்காவைக் கண்டுபிடிக்கும் போதுதான் பெண்ணுறுப்பிலுள்ள கிளிட்டோரிஸைக் கண்டுபிடித்ததாகச் சொல்வார்கள். அந்தக் கண்டுபிடிப்புக்குப் பிறகுதான், பெண்ணுக்கான பாலுறவு உச்சம் பற்றியே உலகம் அறிந்தது; பெண் விடுதலை என்பதே மற்றொரு கோணத்தில் பார்க்கப்பட்டது. வளர்ந்த சமூகத்தை விடுங்கள், ஆப்பிரிக்கப் பழங்குடிச் சமூகம் சிலவற்றில்கூட பெண்களின் கிளிட்டோரிஸ் நீக்கப்படும் சடங்கு உள்ளது. இந்த உண்மை ஆச்சர்யத்தையும் மிகுந்த கவலையையும் தருகிறது. ஆதிமுதலே, பெண் உடம்பை ஆண் அடக்கிவைக்கவே விரும்பியிருக்கிறான். அதன் முதல் நடவடிக்கையாகப் பாலுறவு, தண்டனைக்குரிய குற்றமாகச் சமூகத்தில் மாற்றிவைக்கப்படுகிறது.

மனித உடம்பிலிருந்து கொண்டாட்டம் விலக்கப்படுகிறது. ஒவ்வொரு மனிதருக்கும் அவரது மகிழ்ச்சிக்குரிய உடம்பு மீட்டுக் கொடுக்கப்பட வேண்டும். அதுதான் மனிதகுலத்துக்கு உண்மையான மீட்சியாக உண்மையான விடுதலையாக இருக்கும். இழப்பதற்கு ஒன்றுமில்லை, நம் அடிமை விலங்கைத் தவிர. பெறுவதற்கு ஒன்றுமில்லை நம் உடம்பைத் தவிர.

? ஆணோ பெண்ணோ பாலியல் சார்ந்த சிறு குற்றச்சாட்டில் அவர்களது மொத்த வாழ்க்கையும் ‘கறைபட்டு’விடுகிறது. எளிய போராளி முதல் அமெரிக்க பிரசிடெண்ட் வரை இதுதான் நிலை. இதை எப்படிப் பார்க்கிறீர்கள்?

உயிரியல் உலகில் பாலுறவுச் செயல்பாட்டில் பாவப்பட்டு நிற்கும் விலங்கு, பேசும் மனிதர் மட்டுமே. பெரிதுபடுத்தப்பட்ட பாலுறுப்புகளை உடம்பில் பொருத்திக்கொண்டு அவர்கள் படும் இன்னல்களைச் சொல்லித் தீராது. அமெரிக்க அதிபரிலிருந்து, தஞ்சை உழுகுடிப் போராளிவரை, இது சமூக உறவுகளில் சமூக அரசியல் உறவுகளில் முதன்மைப் பாத்திரம் வகிக்கின்றது. பாலுறவுகளில் வல்லுறவு மட்டுமே அற இழுக்கு; இதில் மட்டுமே ஒரு பக்க ஒவ்வாமை செயல்படுகிறது. எதிர் பால் இணையோ தன் பால் இணையோ, இதில் ஒன்றையொன்று முரணும்போது, தனிநபர் பிரச்னையானது சமூகப் பிரச்னையாகி மூன்றாம் நபரின் தலையீடு நிகழ்கிறது. மேற்கண்ட அமெரிக்க தஞ்சை எடுத்துக் காட்டுகள், திட்டமிடப்பட்ட அரசியல் உள்நோக்கம் கொண்டவை. ஒருவரைத் தகுதியிறக்கம் செய்ய மேற்கொள்ளப்படும் அபத்த வன்முறை.

இதில் காந்தி, பெரியார் போன்றோர் மயிரிழையில் தப்பிய சமூகச் செயற்பாட்டாளர்கள். இயல்பான ஆண்குறி, பெண்குறி செயல்பாட்டைப் பொதுச்சமூகம் பொருட்படுத்தக் கூடாது. குறிகளின் மேன்மையை வளர்த்தெடுத்து, குறி அறம் பேணாச் சமூகம் கீழ்மையுறும். பால்வழிச் சமூக மேன்மையைக் கட்டிக்காப்பதே கூட்டுக்குடி அறம். பாலுறவுச் சொல்லாடல்களை மறைபொருள் மர்மமாக்காமல் அவற்றை சமூகவழக்கில் கவினுற பாலரசியல்படுத்த வேண்டும்.

தமிழ் இலக்கியம் மற்றும் பண்பாடு என்ற இரண்டு வெளிகளிலுமே 'காதல்', 'நட்பு' என்ற இராண்டு உறவுகளுக்கும் முக்கிய இடமுண்டு. உங்கள் அனுபவத்தில் இவ்வுறவு சார்ந்த மதிப்பீடுகள் என்ன?

நட்பு, காதல் இரண்டும் பால் சார்ந்தோ உடம்பு சார்ந்தோ அமையவில்லை. பால் கடந்த வாழ்க்கையில் ஆன்மிகத் திளைப்பில் இருந்தேன். தோழனுடன் இருபத்தைந்து ஆண்டுகளும் தோழியுடன் பதினைந்து ஆண்டுகளும் வாழ்ந்தேன். கலை இலக்கிய வரலாறு அறியாத புதிர்வட்டப் பாதைகளால் அமைந்த வாழ்க்கையின் ஒரு முனை வழியாக நுழைந்த எலியால் எதிர் முனை வழியாக வெளியேறி வடையைத் தின்னமுடியவில்லை. சொந்த வாழ்க்கைத் தரவுகளிலிருந்து அறுதியிட்டுச் சொல்வேன், ஒருவனுக்கு ஒருத்தி என்ற அமைப்பே குறைந்த அளவிலான பாசிசம் வெளிப்படும் எளிய ஏற்பாடாகும்.

வரலாற்று மாணவர் நீங்கள். ஒரு வரலாற்று மாணவனாகப் பயின்றது, படைப்பாளியாக உங்களுக்குப் பயன்பட்டிருக்கிறதா?

நான் கல்வி நிலையங்களுக்கு வெளியில் உருவானவன். வரலாறு மூலமாகத்தான் மனித குலத்தின் படிநிலைகளை அறிந்து கொண்டேன். சமூகம் ஒருபோதும் நிரந்தரமான ஒன்றுக்குள் அடைபடுவதில்லை என்ற உண்மையைத் தெரிந்துகொண்டேன். தொடர்ந்து ஒன்றை நிராகரித்து, மற்றொன்று வந்துகொண்டே இருக்கிறது. உக்கிரமாக நிகழும் எல்லாப் போக்குகளுமே தற்காலிகமானவையே என்பதை உணர்ந்துகொண்டேன். எந்த ஒரு சித்தாந்தமும் அதன் எதேச்சதிகாரத்தை ஒரு நூற்றாண்டுக்கு மேல் தொடர முடியாது. எல்லாமும் அதன்போக்கில் காலாவதியாகும் என்ற மகிழ்ச்சியான செய்தியை வரலாற்றின் வழிதான் அறிந்தேன். காங்கிரஸ் கட்சி மட்டுமோ பா.ஜ.க மட்டுமோ தொடர்ந்து ஆளுங்கட்சியாக இருந்து மக்களை ஏமாற்ற முடியாது.

எல்லாவற்றுக்கும் ஒரு முடிவு உண்டு என்ற மகத்தான உண்மையை அறிந்ததால், தற்கால அழுத்தங்கள் என்னை பாதிப்பதில்லை. எனவே, நான் மகிழ்ச்சியாக சாவேன். இந்தப் பூமி எப்போதும் இருக்கும். நில வரைபடங்களும் மனிதர்களின் அரசியல் அடையாளங்களும்தான் மாறிக்கொண்டே இருக்கும்.

ஈழ இறுதி யுத்தத்தின் பொருட்டு தமிழகத்திலிருந்து அதிகமும் மொழிவழியாய் அலறியவர் நீங்கள். கிழக்கு பார்த்த வங்கக் கடல் உங்களுக்குள் எவ்வித நினைவுகளை, காட்சிகளை உண்டாக்குகிறது?

அது ஒரு கொடுமையான காலம். நான் வேரோடு பிடுங்கி எறியப்பட்டு நடுத்தெருவில் கைப்பிடியளவு வார்த்தைகளோடு அநாதரவாக நின்றிருந்த காலம். நான் பவுத்தனாக இருப்பதற்கு அவமானப்பட்டேன். அது அறம்சார் அறிவைக் கட்டமைக்கும் மனிதமையப் பொருள்முதற் சமயம் என்ற கற்பிதம் தகர்க்கப்பட்டு, புத்தன் என் முன் அம்மணமாக நின்றான். பாசிசமே முழுமுதல் உண்மை என்ற இருட்டறையில் அடைபட்டு அலறிக்கொண்டிருந்தேன். நான் கடலாலானவன். கடலில்லாத நிலப்பகுதியில் என்னால் உயிர்த்திருக்க முடியாது. கிழக்குக் கடலைப் பார்த்து பயந்தேன். அன்றொரு நாள், என் குட்டி மகள் அக்கடலைத் தனக்குக் கேட்க, அவளுக்கு அதைக் கையளிக்க வேண்டி, மைத்ரி விரிகுடா என அவளுடைய பெயரால் அழைத்தேன். அப்பெயரிலேயே அக்கடலைக் குறிப்பிட்டு எழுதிவந்தேன். அந்த மைத்ரி விரிகடலில் தமிழர் பிணங்கள் மிதந்துவந்து கரையொதுங்கின. பிணங்கள் குவியும் அறத்தின் மயானவெளியில் முக்கண் சடையனின் பேய்க்கூத்து. 'பன்றிக்குட்டி' என்ற கவிதைத் தொகுப்பின் வழி எனது சிதிலங்களை ஒன்றுகூட்டித் தொகுத்தேன். இறுதி யுத்தத்தின் முந்தைய ஆண்டில், புதுச்சேரியில் தோழர் ஒருவரின் இல்லத்தில் நிகழ்ந்த அறைக் கூட்டத்தில், தோழர் வே.ஆனைமுத்து தனது உரையில், 'ஈழம் அமைய 60 ஆண்டுகள் ஆகும்' என்ற கருத்தை, அகில உலக அரசியலை ஆய்ந்து முன்வைத்தார். நான் அக்கருத்தில் முரண்பட்டு, கைக்கெட்டும் தூரத்தில் இருக்கிறதென்று கூறினேன். கூட்டம் முடிந்து மனச்சோர்வுடன் வெளிவந்தேன். அறுபதாண்டுகள் வரை கூட்டத்தில் பங்கேற்ற யாரும் உயிருடன் இருக்கப்போவதில்லை என்ற உண்மை உக்கிரமாகச் சுட்டது. தமிழர்க்கு உரிமையுள்ள ஒருபிடி நிலம் பூமியில் அமையப்போவதைப் பற்றிய எதிர்பார்ப்பு தள்ளிப்போவதை அறிவு ஏற்றாலும் உணர்வு ஏற்க மறுத்தது. இதை இறுதி யுத்தம் என்று சொல்வது தவறு; முள்ளிவாய்க்கால் போர்

என்றே கூறவேண்டும். அங்கு ஒன்றரை லட்சம் உடல்களாய் நான் செத்துச் செத்து வீழ்ந்தேன். இன்று 'பன்றிக்குட்டி'யைப் படிப்பதற்கு பயமாயிருக்கிறது.

உங்கள் ஆளுமையை பாதித்த, முக்கியமான நூல்கள், சிந்தனைகள் மற்றும் ஆளுமைகள் குறித்துச் சொல்லுங்கள்...

பாரதியும் வள்ளலாரும் என்னை மிகவும் பாதித்த இருவர். வள்ளலாரிடமிருந்துதான் தமிழின் நவீனத்துவம் தொடங்குகிறது என்று சொல்வேன். சங்க இலக்கியங்கள்கூட மிக நவீன மனக்கட்டமைப்பு கொண்ட பிரதிகள்தான். திருக்குறளை ஒரு பின்நவீனத்துவப் பிரதியாகவே நான் பார்க்கிறேன். பல்வேறு தத்துவப் பள்ளிகளின் இணையமாக அது விளங்குகிறது.

இடைமறிப்பதற்கு மன்னிக்கவும். தமிழ் இலக்கிய மற்றும் சிந்தனைப் பகுதிகளைப் பற்றி மட்டுமே குறிப்பிடுகிறீர்கள். உடல், மனம், அரசியல், வரலாறு, தத்துவம் என ஐரோப்பிய சிந்தனைகளின் இலக்கியங்களின் தாக்கமும் உங்கள் எழுத்துகளில் வெளிப்பட்டதே... அதுகுறித்துச் சொல்லுங்கள்.

தமிழில் பாரதியைப் படித்ததுபோல, பிரெஞ்சு மொழியில் ஏராளமான கவிஞர்களைப் படித்திருக்கிறேன். நான் பள்ளியில் படித்தபோது, 'உலகிலேயே கவிதைக்கான மொழிகள் இரண்டுதாம். ஒன்று தமிழ், மற்றொன்று பிரென்சு' என்று என் ஆசிரியர்கள் சொல்லக் கேட்டிருக்கிறேன். இரண்டையும் நான் கற்ற பின்பு உணர்ந்தது, இதுதான்: தமிழ் அறத்திற்கானது, பிரெஞ்சு கவிதைக்கானது. இந்த இரண்டு தன்மையும்கொண்டு திருக்குறள் எழுதப்பட்டிருக்கிறது என்று கருதுகிறேன். மார்க்சியம் நான் அதிகம் படித்த சமூக அறிவியல் பனுவல்கள். இன்று வரை மார்க்சியம்தான் என்னை வழிநடத்துகிறது. சமீபத்தில் மார்க்ஸ் பற்றி, எஸ். ராமகிருஷ்ணன் ஆற்றிய உரையைக் கேட்கும்போது, பல இடங்களில் எஸ்.ரா. நாத் தழுதழுத்து நிற்க, நான் கண்ணீர்விட்டேன். உண்மையான மார்க்சியர்களிடமே அந்த மன அழுத்தம் வெளிப்படும். அதில் பாசாங்கு இல்லை. பொதுவுடைமை என்பது ஒருபோதும் மனித குலம் முழுமைக்கும் நிரந்தரமாவது சாத்தியமில்லை. அது சாத்தியம் ஆகாதவரை மார்க்ஸ் இருந்துகொண்டே இருப்பார். உலகில் கடைசி இரண்டு மனிதர்கள் மிஞ்சும்போதும், அதில் ஒருவர் தனியுடைமை என்றும் மற்றொருவர் பொதுவுடமை என்றும் பேசிக்கொண்டிருக்கத்தான் செய்வார். அதுதான் அந்தச் செருமானிய இரட்டை மூளைகளின் ஒற்றைச்

சிந்தனையின் வெற்றி. மாற்றம் நிகழவேண்டியது வெளியில் மட்டும் இல்லை; உள்ளே இரண்டாய்ப் பிளந்த எதிரெதிர் நிலைகளைப் பார்க்கிறேன். ஒவ்வொரு மனிதனுக்குள்ளும் ஒரு தனியுடைமைவாதியும் பொதுவுடைமை வாதியும் இருக்கிறான். இரண்டு எதிரெதிர் உடம்புகளின் போராட்டம் அல்ல இது. ஒருடலுக்குள்ளேயே நிகழ்ந்திருக்கும் பிளவு. இதைப் புரிந்துகொள்ளாமல் மார்க்சியத்தை நடைமுறையில் சாத்தியப்படுத்த முடியாது. மேலும் இந்திய அறிவுஜீவிகளில் நான் திளைத்து நின்ற இடம் அம்பேத்கர். அவர் பன்முக அறிவாளி. புத்தருக்குப் பிறகு உருவான இந்தியப் பொதுமனிதர். தனிநபர் பல்கலைக்கழகம். 'புத்தரா காரல் மார்க்ஸா' என்று அவர் முன்னெடுத்த விவாதம் மார்க்சியத்தை ஆழ அகலப்படுத்துவது.

மார்க்ஸ், பாரதி போல நீங்கள் மிக முக்கியமான விவாதத்துக்கு உட்படுத்திய வரலாற்று ஆளுமை காந்தி. 'காந்தியைக் கொன்றது தவறுதான்' கவிதை நூலில், அவர் மகாத்மா என்று அழைக்கப்படுவதில் உங்களுக்கிருக்கும் ஆட்சேபனையைப் பதிவுசெய்திருப்பீர்கள். ஆனால், அம்பேத்கரை மகாத்மா என்று ஒரு கவிதையில் உணர்ச்சி மிகக் குறிப்பிடுவீர்கள்...

மகாத்மா என்பது அரசியல் சொல்லாடல் வழிவந்த ஒரு முடிபு இல்லை; அது கவிதையியல்சார் ஆன்மிக வெளிப்பாடு. ராமராஜியக் கனவுகாணும் வர்ணாசிரம நிலைப்பாடுகளை ஏற்கும் மனம்கொண்ட காந்தியை, தாகூரைப்போல் 'மகாத்மா' என்று இடப்படுத்துவதில் எனக்குத் தயக்கம் இருக்கிறது. நான் காந்தியவாதி இல்லை; அம்பேத்கரிஸ்ட். இதைப் பெருமையுடன் சொல்லிக்கொள்கிறேன். அம்பேத்கரியம் என்பது வரலாற்றுபூர்வமான, விஞ்ஞானபூர்வமான தன்னிலை உருவாக்கம். ஓர் அறிவுத் தேர்ந்தெடுப்பு. ஓர் அரசியல் நிலைப்பாடு. ஒருவர் அம்பேத்கரிஸ்ட்டாக வாழத் தேர்வது, துறவுநிலையைத் தேர்வதற்கு ஒப்பானது. ஒருவர் அம்பேத்கரிஸ்ட்டாக மாற வேண்டுமெனில், அவர் இந்திய மதவாத மனநிலையிலிருந்து, இந்திய சனாதன மனத்திலிருந்து வெளியே வர வேண்டும். இந்த இந்துத்துவ மனக்கட்டமைப்பைக் குலைக்க வேண்டுமெனில், அது ஒரு அம்பேத்கரிஸ்ட்டால் மட்டுமே முடியும். ஒருவர் அம்பேத்கரிஸ்ட்டாக மாற, மாபெரும் அறிவுப் பயிற்சி தேவைப்படும். மார்க்சியத்திற்கு அடுத்து நான் அதிகம் படித்த பனுவல்கள் அம்பேத்கரியப் பனுவல்கள்தான். நான் முழுமையான அம்பேத்கரிஸ்டாக மாற முயன்றுகொண்டிருப்பவன். அம்பேத்கரின் ஆன்மிகமே எனது விழைவு.

காந்தியையும் அம்பேத்கரையும் நீங்கள் எதிரெதிராக வைக்கிறீர்களா?

நான் எதிரெதிராக வைக்கவில்லை. காந்தியை மகாத்மா என்று சொல்லும்போது, அம்பேத்கரை ஏன் மகாத்மா என்று சொல்லக் கூடாது என்று கேட்கிறேன். இந்தியப் பொதுப்புத்திக்கு காந்தி ஒரு மகாத்மாதான். ஆனால், காந்தியை மகாத்மா என்று அம்பேத்கர் சொல்லமாட்டார். ‘கக்கத்தில் குறுவாளை வைத்துக்கொண்டு அகிம்சையை போதிப்பவரை மகாத்மா என்று ஏற்றுக்கொள்வீர்களா?’ என்று அம்பேத்கர் கேட்கிறார். அதேசமயம், அம்பேத்கர் காந்தியை முழுமையாக நிராகரிக்கவில்லை. விமர்சனபூர்வமாக அடையாளப் படுத்தவே செய்தார்.

அம்பேத்கர், ‘பூனா ஒப்பந்த’ முயற்சிகளை ஏற்க மறுக்கும் மனக்குமுறல்களை ஒரு நாடகமாக எழுதும் முயற்சியிலிருந்தபோது, அம்பேத்கரின் எழுத்துகளோடுதான் நான் வாழ்ந்தேன். அவரது வேதனைகளையும் போராட்டங்களையும் வாசித்துக் கலங்கினேன். இந்திய வரலாற்றில், காந்திக்கும் அம்பேத்கருக்கும் நடந்த உரையாடல்களை எந்தவொரு இந்தியரும் அவசியம் வாசிக்க வேண்டும். காந்தி தன்னுடலை வைத்து இரட்டை வாக்குரிமைக்கு எதிராக ஆடிய சூதாட்டத்தில், அம்பேத்கர் அடைந்த தவிப்பையும் அவரது ஓர் இரவின் மன உரையாடலையும்தான் நாடகமாக எழுதத் தீர்மானித்திருந்தேன். பல தோழர்கள் அதில் என்னையே அம்பேத்கராக நடிக்கவும் சொன்னார்கள். அதைத் திரைப்பிரதியாக எழுதும் எண்ணம் இருந்தது. பிறகு, பல காரணங்களால் அதை எழுதமுடியாமல் போயிற்று. உண்மையாகவே காந்தி இரட்டை வாக்குரிமைக்கு எதிராகச் செய்தது வரலாற்று மோசடி. அதை எந்தவொரு அம்பேத்கரிஸ்ட்டும் ஏற்றுக்கொள்ளமாட்டார்.

காந்தியை ‘தலித்துகளுக்கு எதிரி’ என்று ஒரு சாரரும், ‘இந்து மதத்துக்கே எதிரி’ என்று மறு சாரரும் ஒதுக்கிவைத்துவிட, வரலாற்றில் காந்தி ஆதரவற்றுத்தானே நிற்கிறார்? காந்தியின் உருவ பொம்மையைக்கூட மதவாதிகள் சுடுகிறார்களே...

இல்லை... காந்தி இந்தியாவின் மையமாகத்தான் எப்போதும் இருந்துவருகிறார். காந்தியை மறுத்துவிட்டு எந்த ஒரு விவாதமும் இங்கு நடைபெறுவதே இல்லையே. இன்றைக்கு காந்தி பொம்மையைச் சுடுகிறார்கள். அம்பேத்கர் சிலைகளை உடைக்கிறார்கள். நாளை தங்களைத் தாங்களேகூட சுட்டுக்கொள்வார்கள்... *(சிரிக்கிறார்)*

இதுபோன்ற செயல்களையெல்லாம் ஓர் அரசியல் அல்லது தத்துவ நிலைப்பாடு என்று சொல்ல முடியாது. அது அவர்களின் மனச்சிதைவைத்தான் வெளிப்படுத்துகிறது. சுதந்திர இந்தியாவில், இன்றைக்கும் அம்பேத்கர் இரும்புக் கூண்டுக்குள்தானே இருக்கிறார். காந்தி சுதந்திரமாகத்தான் இருக்கிறார். இந்தியப் பொதுப்புத்தி, அம்பேத்கரை ஒருநாளும் ஏற்காது.

அம்பேத்கரை 'இந்துத்துவ அம்பேத்கர்' என்று உருவகப்படுத்த முயல்வதை எப்படிப் பார்க்கிறீர்கள்?

அம்பேத்கர் ஒரு முழுமையான இந்தியன். இந்துத்துவ இந்திய மனநிலையும், அதற்கு எதிரான இந்திய மனநிலையும் வேறுவேறு. ஆர்.எஸ்.எஸ் இயக்கத்தவர்கள், காங்கிரஸ்காரர்கள் யாருக்கும் முழுமையான இந்தியராகும் வாய்ப்பில்லை. ஏனென்றால், இவர்களுக்குள் பிராந்திய, சாதிய, மதவாத, மொழிசார்ந்த எல்லைகள் செயல்பட்டுக் கொண்டே இருக்கும். காந்திக்குள் ஒரு குஜராத்தியின் மனமும், நேருவுக்குள் ஒரு காஷ்மீரியின் மனமும் செயல்பட்டுக் கொண்டேயிருக்கும். அம்பேத்கருக்கு அவ்விதமான பலவீனங்கள் எதுவும் கிடையாது. மொழிவாரி மாநிலங்களைக்கூட அம்பேத்கர் அன்று மறுத்தார். பிளவுகள் உண்டாகும் என்று எச்சரித்தார். 'ஏக இந்தியா' என்ற கருத்தில் அவர் உறுதியாக இருந்தார். சுயநலமற்ற தொலைநோக்கோடு செயல்பட்டார். காஷ்மீரிலிருந்து கன்னியாகுமரி வரை ஒடுக்கப்பட்ட சாதியினரைப் பட்டியிலிட்டபோது, அது இந்தியத் துணைக்கண்டத்தைப் பற்றிய மாபெரும் சமூக மானுடவியல் படிப்பினையாக இருந்தது. தலித்துகள் குறிப்பிட்ட நிலப்பரப்பில் வாழும் ஓர் இனக்குழுவல்ல; இந்தியா முழுக்கப் பரவி வாழும் ஓர் ஒடுக்கப்பட்ட இனம் என்று கண்டறிந்து, அவர்களின் விடுதலைக்காகப் போராடினார். துணைக்கண்டத்தில் மூன்று இந்தியா இருக்கின்றன. தலித் இந்தியா, சூத்திர இந்தியா, பிராமண இந்தியா. இதில், தலித் இந்தியா கண்டம் முழுதும் சிதறிக்கிடக்கிறது.

இந்திய அளவிலான தலித்துகளின் ஒன்றிணைவிற்கு தமிழ்த்தேசியம் தடையாக இருக்கும் எனும் வாதம் குறித்து உங்கள் பார்வை...

இந்த இடத்தில் மிகக் கவனமாக நாம் இரட்டை நிலைப்பாடு எடுக்க வேண்டியது அவசியம். நாம் ஒட்டுமொத்த இந்திய அடையாளத்திற்குள் செல்வது என்பது ஒரு தற்காலிக தேசிய ஏற்பாடுதான். 1947-ம் ஆண்டுதானே நம் எல்லோருக்கும் இந்திய

அடையாளம் வந்தது. ஆனால், பல்லாயிரம் ஆண்டுகளாகத் தமிழர் எனும் அடையாளம்தானே நம்முடையது! இந்திய அடையாளம் என்பது ஓர் அரசியல் அடையாளம். தமிழர் என்பது இனக்குழு அடையாளம். இது வெளியிலிருந்து உருவாக்கப்பட்ட ஓர் அடையாளம் அல்ல. ஓர் இனம் நாகரிக வளர்ச்சிபெற்று, உயர்ந்து, தன்னகத்தே உருவாக்கிக்கொண்டது. இந்த அடையாளம் தனித்துவமானது; வரலாற்றுபூர்வமானது; இதைத் தூக்கிப்பிடிப்பது அவசியமானது. இந்திய அடையாளம் எப்போதும் மாறிவிடச் சாத்தியமுள்ள ஒன்று. நாளையே இந்தியா இரண்டாக நான்காக எட்டாகப் பிரியலாம். அப்போது நமது தேசிய அடையாளமும் மாறலாம். ஆனால், நமக்குச் சொந்தமான, உரித்தான தமிழர் எனும் இனக்குழு அடையாளத்தை ஒருபோதும் நாம் இழந்துவிடக் கூடாது. இந்திய அரசியல் கட்டமைப்பில் ஒரு மொழித்தேசியமாக, மொழிவழி இனக்குழுவாக அடையாளப்படும் தமிழர், நாளைய தனி நாட்டில் முழுமையான தமிழ்த் தேசியராக அடையாளப்படுவர்.

இது பேணப்பட வேண்டிய அடையாளம். அதேசமயம், இந்த விழிப்புணர்வோடே நாம் ஒடுக்கப்பட்டவர்கள் என்ற தளத்தில் இந்திய அளவில் ஒன்றுகூடுவதும் அவசியம் என்கிறீர்கள். சரிதானே?

ஆமாம், மூன்று இந்தியா இரண்டாகப் பிரித்துத் தொகுத்து ஊர் இந்தியா, சேரி இந்தியா என்றுதானே இருக்கிறது. இந்திய அளவில் வர்ணாசிரமத்தை உடைத்தால்தான் சாதி ஒழியும். இந்திய நிலப்பரப்பு என்பது பிரம்மனின் உடம்பு. இந்த உடம்புக்குள் தலித்துகள் இல்லை. உடம்புக்கு வெளியில்தான் இருக்கிறார்கள். பிரம்மனின் முகத்துக்கு வெளியேகூட இல்லை; சூத்திரரின் காலுக்கு வெளியே இருக்கிறார்கள். இன்னொரு விஷயத்தை இங்கே குறிப்பிட வேண்டும். 'இந்தியாவின் தொல்குடியே தமிழர்கள்தான் (நாகர்கள்). இன்றைக்கு இந்தியாவை ஒரு மக்கள் தொகுதி உரிமைகொண்டாட முடியும் என்றால், அது தமிழர்கள்தான்' என்கிறார் அம்பேத்கர். இதைப் போகிறபோக்கில் சொல்லாது, ஆதாரபூரமாக நிறுவுகிறார். இன்று இதை வடஇந்தியர்கள் ஏற்றுக் கொள்வார்களா?

சரி, மீண்டும் இலக்கியத்துக்கு வருவோம். உங்கள் நினைவில் எப்போதும் நீங்காதிருக்கும் ஒரு கவிதை மற்றும் ஓர் ஓவியம் குறித்துச் சொல்லுங்கள்...

'காந்தியைக் கொன்றது தவறுதான்' என்ற தலைப்பில் எழுதிய பத்துக் கவிதைகளில் ஒன்று, என்னைத் தனக்கு எதிரே நிறுத்தி மீண்டும் மீண்டும் வாசிக்கச் சொல்கிறது. அந்தக் கவிதையிலிருந்து என்னால் வெளியேற முடியவேயில்லை:

நேற்று எனது கனவில்
காந்தி வந்தார்
எனது இருக்கையிலிருந்து எழுந்து
அவரை அமர்த்திவிட்டு
தரையில் அமர்ந்தேன்
என் கனவில் வந்த காந்திக்கு
வயது முப்பத்தியாறு
என்னைவிட மூன்று வயது இளையவர்
ஆழ்ந்த இறுக்கத்தில் இருந்தார்
சில நிமிடங்களுக்குப் பிறகு
ஆழ்ந்த மௌனத்திலிருந்து
கண்ணீர் வழிந்தது
சப்தமின்றி அழுதார்
மழை போலவோ
அருவி போலவோ
பேரோசை எழுப்பாத
நீரின் வீழ்ச்சி
சப்தமற்ற அழுகைதானே
என்னிடம் ஒரு துப்பாக்கியை எடுத்து நீட்டினார்
நான் பதற்றத்தோடு பெற்றுக்கொண்டேன்
தன்னைச் சுடச்சொல்லிச் சைகை செய்தார்
நான் தயங்கினேன்
பல மணி நேரம் வார்த்தையின்றி மன்றாடினார்
ஒரு கட்டத்தில் என்மீது
வெறித்த பார்வை நிலைகொள்ள
கண்களிலிருந்து முடிவற்று நீர்வழிய
ஆழ்ந்த இறுக்கத்தில் சமைந்தார்
வலி தாளமுடியவில்லை
அவரது நெற்றியில் பொருத்தி
வெடித்தேன்
திடுக்கிட்டு கனவிலிருந்து

வெளிப்பட்டேன் உடம்பெல்லாம் பெரும் நடுக்கம்
விளக்கைப் போட்டேன்
சுவரில் கிழவர் சிரித்துக்கொண்டிருந்தார்
வியர்வைப் புழுக்கத்தில்
என் நெற்றிக் குங்குமம் வழிந்து
மூக்கின்மீது ஊர்ந்துகொண்டிருந்தது
நத்தையைப் போல
காந்தியின் ரத்தம்.

தமிழக ஓவியர்களில் டிராட்ஸ்கி மருதுவின் கோடுகளில் எனது பார்வை ஊர்ந்து செல்லச் செல்ல அவை உயிர்ப்பொருளாய் நெளியும். அவை தரும் அனுபவம் அலாதியானது. கலைவிமர்சகர்களும் படைப்பாளர்களுமான சி.மோகனும் இந்திரனும் என் வணக்கத்துக்கு உரியவர்கள்.

மனிதர்களுக்கு அவர்களின் மகிழ்ச்சிக்குரிய உடல் மீட்டுக் கொடுக்கப்பட வேண்டும்!

‘1789 ஜூலை 14 – அன்று கனவில் பெய்த மழையைப் பற்றிய இசைக்குறிப்புகள்’ எனும் உங்கள் கதைத் தலைப்பே மயக்கம் தருவது. கனவுகளுக்கும் உங்களுக்குமான உறவு குறித்துச் சொல்லுங்கள்...

அந்தத் தலைப்பிலான கதை உட்பட ஐந்து குறுநாவல்களின் தொகுப்பு அது. பிரெஞ்சுப் புரட்சி நடந்த அன்றைய நாளின் கனவில் பெய்த மழையில் யாரும் நனையவில்லை. அது அமாதியே மொஸாரை ஊடுபிரதியாகக்கொண்ட புனைவு. அதை முதலில் ஒரு திரைப்பிரதியாக உருவாக்க நினைத்து, இறுதியில் இப்படியான நெடுங்கதை வடிவத்தில் வெளிவந்தது. அத்தொகுப்பிலுள்ள ஐந்து கதைகளையும் நாவல்களாக எழுத நினைத்து, இறுதிவரை இயலாமல் கனவில் பெய்தமழை தடையமற்றுக் காய்ந்துபோனது. ‘பிரம்மனின் உடம்புக்கு வெளியே’ என்ற கதையை யாரேனும் திரைப்படமாக எடுக்க முன்வரலாம். பன்னிரண்டு ஆண்டுகளாக எனக்குப் படைப்பாக்கக் கனவுகள் வருவதில்லை. பகலில் உறங்கி இரவில் விழித்திருப்பதால் இது நேர்ந்திருக்கலாம். பகல் கனவில் வெயிலடிப்பது கவித்துவ இழப்பை உண்டாக்குகிறது. பத்து வயதிற்குட்பட்ட என் மகளைத் தவிர வேறு உயிரினம் கனவில் வருவதில்லை. பூனை, பாம்பு, வண்ணாத்தி, நத்தை யாவும் என் கனவிலிருந்து வெளியேறிவிட்டன. மழையில் இனி நனைவேனா?

நடந்து பழகிய புதுச்சேரிக் கடற்கரையைத் தொலைக்காட்சி வாயிலாகப் பார்க்கிறேன். கனவில் கடல் வருவதில்லை. தூரத்துக் கடலோசை அதிகாலை உறக்கத்தில் நுழைவதில் மட்டுமே இயற்கையோடு இருக்கிறேன்.

கொலை, தற்கொலை பற்றி கவிதைகளில் மிக நுட்பமாக எழுதியிருக்கிறீர்கள். எப்போதேனும், உங்களுக்குத் தற்கொலை எண்ணம் வந்ததுண்டா?

கொலையின் கவிதையியலையும் தற்கொலையின் கவிதையியலையும் பற்றி அங்கொன்றும் இங்கொன்றுமாக எழுதியிருக்கிறேன்தான். இச்சாதியச் சமூகம், ஒரு தன்னிலையைக் கொலைக்கும் தற்கொலைக்குமிடையில் நிறுத்தி வைத்திருக்கிறது. கொலையும் தற்கொலையும் அற இழுக்கு. உலகச் சமூகங்கள் தங்கள் ராணுவ நிலைகளை மூடும் காலமே கொலையும் தற்கொலையும் காலாவதியாகும் காலம். கொலையும் தற்கொலையும் சமூக விளைவுதானே தவிர, தனிமனித விளைவு இல்லை. துப்பாக்கியின் ஒவ்வொரு தோட்டாவும் ஒவ்வொரு தலைக்கு என்ற கணக்கில்தான் உலைக்கூடத்தில் வார்க்கப்படுகிறது. நான் வள்ளுவம் வழியில் ஒழுகுபவன்; மரணமில்லாப் பெருவாழ்வை இச்சிப்பவன்.

முன்பு நீங்களும் பிரேமும் இணைந்து இளையராஜாவை நேர்காணல் செய்திருந்தீர்கள். அது புத்தகமாகவும் வந்தது. அதில் அவர் பேசியதுபோல அரசியல்பூர்வமாக வேறு எங்கும் எப்போதும் பேசியதில்லை...

(இடைமறிக்கிறார்) இளையராஜா அதே விஷயத்தைப் பேசினார். ஆனால், நடைமுறைத் தமிழில் பேசினார். நாங்கள் எங்களுடைய மொழியில் எழுதினோம். அப்படி எழுதியதால், சிலர் நாங்களே மொத்த நேர்காணலையும் எழுதிக்கொண்டதாகச் சொன்னார்கள். அப்படி எழுதிக்கொள்வதால் எங்களுக்கு என்ன லாபம்? சென்னையில் நடந்த அந்த நூல்வெளியீட்டு விழாவுக்கு 500 ரூபாய் கடன் வாங்கிக்கொண்டுதான் சென்றோம். அந்த நேர்காணல் நூல் வெளிவந்தபோது, தமிழின் மிகப்பெரிய இலக்கியவாதிகள் பலர் எங்களை விலக்கி வைத்தார்கள். எங்களின் வேலைக்கு இடையூறுகள் தரப்பட்டன. இவையெல்லாம்தான் அந்தப் புத்தகத்தினால் எங்களுக்குக் கிடைத்த லாபம்.

இளையராஜா மற்றும் அவரது இசை குறித்த உங்களின் தனிப்பட்ட கருத்து என்ன?

இந்தியச் சமூகத்திலும் தமிழ்ச் சமூகத்திலும் சாதி மத இன

உணர்வுகளுக்கு அப்பாற்பட்டுக் கொண்டாடப்படும் ஒரு தன்னிலை என்றால் அது இளையராஜாதான். லட்சக் கணக்கானவர்கள் அவரை தெய்வமாகவே பார்க்கிறார்கள். ஆகச்சிறந்த அறிவாளியும் புரட்சியாளருமான அம்பேத்கருக்கே அந்தச் சிறப்பு வாய்க்கவில்லை. ஆனால், இளையராஜா அதைத் தனது கலையால் சாத்தியமாக்கியிருக்கிறார். மிகப்பெரிய இசை ஆளுமை அவர். அவரால் எல்லாவிதமான இசைச் சாதனைகளையும் செய்ய முடியும். ஆனால், இன்னும் அவர் சினிமா இசைக்குள்ளேயே சிக்கிக்கொண்டிருப் பதுதான் வருத்தமளிக்கும் விஷயம். இளையராஜாவைத் தாண்டியும் இன்று இசை வளர்ந்தும் விரிந்தும் சென்றுகொண்டிருக்கிறது என்பதை நாம் ஏற்றுக்கொள்ளத்தான் வேண்டும். அவர் குறித்துக் குறிப்பிட வேண்டிய மற்றொரு விஷயம், அவர் இசையில் வெளிப்படுகிற ஆன்மிகம் அவரது தனிப்பட்ட வாழ்வில் தென்படவில்லை. துறவிகளைத் தேடிச் செல்பவராக இருக்கிறார், அவருக்குள் இன்னும் துறவு ஏற்பட்டதாய் அவதானிக்க முடியவில்லை.

உங்களின் இலக்கியப் பங்களிப்புக்கான உரிய அங்கீகாரம் கிடைக்கவில்லை என்று கருதுகிறீர்களா?

யாரிடமிருந்து யாருக்கு அங்கீகாரம்? எதிர்த் திசையில் இயங்குபவரை யார் அங்கீகரிப்பார்? என்னுடைய எழுத்துகள் அங்கீகாரத்திற்கானவை இல்லை. விளிம்பில் நிற்பவர்களுக்கான எழுத்து ஒருபோதும் மையநீரோட்டத்தில் சேராது. என்னை வாசித்த திளைப்பில் முகம் அறியாதவர்கள் கொண்டாடுகிறார்கள். உணவு, உடை, மருந்து என யாரேனும் தந்துதவி, என் இருப்பை நீட்டிக்கிறார்கள். என்னை அங்கீகரிப்பவர்கள் மரணத்தைத் தள்ளிப்போடுகிறார்கள்.

55 வருட உடலும் மனமும் உங்களுக்குச் சொல்லும் செய்தி என்ன?

ஆம், என் உடம்புக்கு ஐம்பத்தைந்து வயது ஆகிறது; உள்ளம் பதின்பருவத்திலேயே நிலைத்து நிற்கிறது. உடம்பின் அர்த்தநாரித் தன்மையின் ஆண்நிலை செயலிழந்து விட்டது. உடம்பின் ஆண் பகுதியைத் துறந்ததும் முழு விடுதலை அடைந்தேன். இனி வலி இல்லை வாதை இல்லை. விட்டு விடுதலையாகி நிற்கிறேன். தன்னை இரண்டாய்ப் பிளந்து சிவத்தின் மூளிப் பிணத்தை அகோரி சிவை தின்கிறாள்.

இந்தத் தருணத்தில் நீங்கள் நினைத்துப் பார்க்க விரும்பும் உங்களின் அன்புக்குரிய நண்பர்கள், ஆளுமைகள்...?

சாரு நிவேதிதா, என்னை நேசித்து வளர்த்த பேரன்பாளர். பலவீனங்களை மறைக்கத் தெரியாதவர். இயேசுவை மறைந்து மறைந்து, இரண்டாயிரம் ஆண்டுகளாய்த் தேடித்திரியும் மக்தலேனாவின் ஆண்பால் வடிவம். ஆனால், யாரைத் தேடுகிறோம் என்பதை இதுநாள் வரை அறியாதவர். புதிர்வட்டப்பாதையில் அடைபட்ட கலையுள்ளம்.

எம்.டி.முத்துக்குமாரசாமி, அறிவும் கலையும் இரண்டறக் கலந்த திளைப்பை அவருடனான உறவாடலில் மட்டுமே இதுநாள் வரை நான் கண்டது. விவாதங்களில் திகைக்கவைக்கும் நுட்பம். தமிழ் அறிவு ஒருமுகப்பட்ட பன்னாட்டுப் பண்பாட்டு அறிவுஜீவி.

வே.மு.பொதியவெற்பன், தமிழ் அறிவு மரபில் வரும் பின்நவீனத்துவ மார்க்சியர். ஆழ்ந்து அகன்ற இடதுசாரி நுண்ணரசியல் எழுத்தாளுமை. என்னை முன்னகர்த்திக் கொண்டிருப்பவர். ஆதியும் அந்தமுமிலா தோழமை உறவு இவருடன் மட்டும்தான்.

கரையில் கிடந்த என்னை எடுத்து மீண்டும் அலையில் விட்டவர், இந்நூற்றாண்டின் மகாகலைஞன் ஜெயமோகன். படைப்பைத் தவிர வேறு எழுத்துகளில் ஒன்றமுடியாத முரண் ஆளுமை. எளிமையாகச் சொன்னால் இவரால்தான் இருக்கிறேன். இறுதியில் சேரவேண்டிய, பாரதியின் குயில் தோப்புச் சுடுகாடு, இடைக்காலத்தில் தூங்கி ஓய்வெடுக்கும் இடமாக இருந்தது. அங்கிருந்து என்னை இவர் அப்புறப்படுத்தினார்.

எழுதப் படிக்கத் தெரியாதவள். என்னை உள்ளும் வெளியும் அறிந்தவள். ஆணிவேர் அறுபட அடியோடு சாய்ந்தவனைத் தூக்கி நிறுத்தி நீரூற்றி வளர்த்து, மீண்டும் தழைக்கச் செய்பவள். என்னை ஆட்கொண்ட அங்காளி. நான் சரண்புகுந்த அருட்பெருஞ்சோதி, பிரேமா என்ற பெயர்கொண்ட தோழி.

வேறு ஏதேனும் சொல்ல நினைக்கிறீர்களா?

தன் முன்னே நான்குபேர் அமர்ந்து, தான் பேசுவதைச் செவிமடுக்கும்போது அந்த மொழியில் தேவதூத போதகச் சாயல் படிந்துவிடும். இந்தச் சட்டாம்பிள்ளைத் தொனி இந்நேர்காணலில் வந்துவிடக் கூடாது என்பதை மேலதிகப் பிரக்ஞையோடு தவிர்க்கிறேன். இது மொழிவழி நேரும் ஒருவகை மேலாதிக்க பலவீனம். இதை இயேசு கிறிஸ்து தொடங்கி மரத்தடி கிளி சோதிடர் வரை காணலாம்.

நான் இதுவரை வாசித்து வளர்ந்ததையும், எழுதியதையும் எழுதயிருப்பதையும் இங்குக் குறிப்பிட்டுப் பெயர் பட்டியல்போட விரும்பவில்லை. இலக்கியம், கலை, நிகழ்த்துகலை, மதம், தத்துவம், சமூகவியல், அறிவியல் யாவும் ஒன்றுகலந்த அறிவுச்சமைவு நான். இதுவரை வாழ்ந்த நாள்களுக்கு இணையான எண்ணிக்கைகொண்ட பனுவல்கள் அறிமுகமாகி, அவற்றில் விருப்பம் சார்ந்து தேர்ந்து, சிலவற்றை ஏற்று, பலவற்றை ஒதுக்கி வாசித்து வளர்பவன். உலக மக்கள் தொகையைவிடப் பலமடங்கு அதிக எண்ணிக்கையிலான நூல்கள் எழுதப்பட்டு விட்டன. தான் வாழ்ந்து முடித்த ஆண்டுகளைவிட மேலதிக எண்ணிக்கை யிலான நூல்களை, எந்தவொரு அங்கீகாரமும் இல்லாத தமிழ்ச்சூழலில் சக எழுத்தாளர்கள் எழுதிவிடுகிறார்கள். ஆக, எந்தவொரு வளர்ந்த மொழியிலுள்ள அனைத்து நூல்களையும் அம்மொழியைத் தாய்மொழியாய்க்கொண்ட ஒருவரால் துறைசார்ந்து முழுமையாக வாசித்துமுடிக்க இயலாது. எல்லாவற்றிலும் கொஞ்சமே நாம் அறிந்தது. அடடா... 'கற்றது கையளவு, கல்லாதது கடலளவு' என்று முதுமொழி இதை நான்கு சொற்களால் சொல்லிவிட்டது.

உங்களுக்குப் பிடித்த பாரதியின் கவிதை வரிகளோடு நேர்காணலை நிறைவுசெய்வது பொருத்தமாக இருக்கும்...

சிலுவையிலே அடியுண்டு இயேசு செத்தான்
தீயதொரு கணையாலே கண்ணன் மாண்டான்
பலர்புகழும் ராமனுமே ஆற்றில் வீழ்ந்தான்
பார்மீது நான்சாகா திருப்பேன் காண்பீர்.

•••